தடை செய்யப்பட்ட கதைகள்

சிங்கள சிறுகதைகள்

தமிழில் - எம். ரிஷான் ஷெரீப்

தடை செய்யப்பட்ட கதைகள்:		சிறுகதைகள்
சிங்களத்திலிருந்து தமிழில்	:	எம். ரிஷான் ஷெரீப்
	:	© ஆசிரியருக்கு
முதற்பதிப்பு	:	ஜனவரி 2022
அட்டை வடிவமைப்பு	:	பி.எஸ்.வம்சி
வெளியீடு	:	வம்சி புக்ஸ்
		19, டி.எம்.சாரோன்,
		திருவண்ணாமலை - 606 601
		9445870995, 04175 - 235806
அச்சாக்கம்	:	மணி ஆப்செட், சென்னை - 600 077
விலை	:	₹ 180/-
ISBN	:	978-93-93725-09-7

Thadai Seiyapatta Kathigal	:	Short Stories
From Singalam to Tamil	:	M.Rishan Shareef
	:	© Author
First Edition	:	January - 2022
Wrapper Design	:	B.S. Vamsi
Published by	:	Vamsi books
		19.D.M.Saron,
		Tiruvannamalai - 606 601
		9445870995, 04175 - 235806
Printed by	:	Mani Offset, Chennai - 600 077
	:	₹ 180/-
ISBN	:	978-93-93725-09-7

www.vamsibooks.com - e-mail: kvshylajatvm@gmail.com

ஜிரா எனும் நண்பன் கோபால்சாமி ராகவனுக்கு!

எம். ரிஷான் ஷெரீப்

எம். ரிஷான் ஷெரீப் இலங்கையைச் சேர்ந்த தமிழ் எழுத்தாளரும், கவிஞரும், ஊடகவியலாளரும், மொழிபெயர்ப்பாளரும் ஆவார். கவிதை, சிறுகதை, கட்டுரை, புகைப்படம் ஆகிய துறைகளில் பங்களிப்பு செய்து வரும் இவர் சிங்களம், ஆங்கிலம் ஆகிய மொழிகளிலிருந்து தமிழுக்கு மொழிபெயர்ப்புகளையும் மேற்கொண்டு வருகிறார்.

இந்த நூல்களுக்காக இவர் இதுவரையில் இலங்கை அரச சாகித்திய விருது, இந்தியா வம்சி விருது, கனடா இயல் விருது, இந்தியா வாசகசாலை விருது போன்ற முக்கியமான விருதுகளை வென்றுள்ளார். இவரது படைப்புகள் சிங்களம், ஆங்கிலம், மலையாளம் ஆகிய மொழிகளில் மொழிபெயர்க்கப்பட்டு வெளியாகியுள்ளன.

தொடர்புக்கு: mrishansh@gmail.com
<mailto:mrishansha@gmail.com>

மொழிபெயர்ப்பாளரின் ஏனைய நூல்கள்

கவிதைத் தொகுப்புகள்

1. வீழ்தலின் நிழல்
2. மிக ரகசியச் சொற்கள்
3. ஆட்டுக்குட்டியின் தேவதை

சிறுகதைத் தொகுப்பு

4. அடைக்கலப் பாம்புகள்
(இலங்கை அரச சாகித்திய இலக்கிய விருது - சான்றிதழ்)

கட்டுரைத் தொகுப்புகள்

5. கறுப்பு ஜூன் 2014
6. இயற்கை
7. ஆழங்களினூடு

மொழிபெயர்ப்புக் கவிதைத் தொகுப்புகள்

8. தலைப்பற்ற தாய்நிலம்
9. இறுதி மணித்தியாலம்
(கனடா தமிழ் இலக்கியத் தோட்ட விருது,
இலங்கை அரச சாகித்திய இலக்கிய விருது - சான்றிதழ்)
10. அவர்கள் நம் அயல் மனிதர்கள்
11. அல்பேனியக் கவிதைகள்

மொழிபெயர்ப்பு சிறுகதைத் தொகுப்புகள்

12. எனது தேசத்தை மீளப் பெறுகிறேன் (இலங்கை அரச சாகித்திய இலக்கிய விருது)

13. அயல் பெண்களின் கதைகள்

(இந்தியா வாசகசாலை விருது,

இலங்கை அரச சாகித்திய இலக்கிய விருது)

14. திருமதி.பெரேரா

15. அந்திம காலத்தின் இறுதி நேசம்

16. சுருக்கப்பட்ட நெடுங்கதைகள்

17. தடை செய்யப்பட்ட கதைகள்

18. அரிச்சுவடியில் காணப்படாத எழுத்து

மொழிபெயர்ப்புக் கட்டுரைத் தொகுப்பு

19. பிரபாகரனின் தாயாரது இறுதி யாத்திரை

மொழிபெயர்ப்பு நாவல்கள்

20. அம்மாவின் ரகசியம்

(இலங்கை அரச சாகித்திய இலக்கிய விருது)

21. தரணி (இலங்கை அரச சாகித்திய இலக்கிய விருது, கொடகே சாகித்திய இலக்கிய விருது)

22. நிலவியலின் துயரம்

(இலங்கை அரச சாகித்திய இலக்கிய விருது - சான்றிதழ்)

23. கிகோர்

24. பீடி

25. கடுந்துயருற்ற காதலர்கள் சதுர சாளரத்திற்கு இறுதி அஞ்சலி செலுத்திவிட்டு முற்றத்திலிருந்து வெளியேறிய போதிலும்

மொழிபெயர்ப்பாளர் குறிப்பு

'தடை செய்யப்பட்ட கதைகள்' எனும் இந்தத் தொகுப்பின் தலைப்பே இதில் அடங்கியுள்ள கதைகளைப் பற்றி எடுத்துரைக்கக் கூடியது. தமது அனுபவங்களினூடு எழுத்தாளர்கள் முன் வைக்கும் வாக்குமூலங்களே இதில் சிறுகதைகளாக உருவெடுத்திருக்கின்றன.

இந்தத் தொகுப்பிலுள்ள சிறுகதைகள் உங்களை வியப்பிலாழ்த்தும். இவ்வாறெல்லாம் உலகில் நடைபெறக் கூடுமா என்று திகைப்புறச் செய்யும். என்றாலும், உண்மைதான். இவ்வாறெல்லாம் இலங்கையிலும், உலகம் முழுவதிலும் நடைபெற்றுக் கொண்டுதான் இருக்கின்றன. இந்தக் கதைகள் எவையும் கற்பனையில் உருவெடுத்தவையல்ல.

கதைகள் என்பவையே கடந்த காலத்தைச் சொல்வதுதான், இல்லையா? இந்தக் கதைகளை வாசிக்கும்போது இவை கதைகள் மாத்திரமேயல்ல, ஒரு காலத்தின் ஆவணங்கள் என்றே எனக்குத் தோன்றியது. அதனாலேயே இவற்றைத் தமிழில் மொழிபெயர்க்கத் துணிந்தேன். இந்தத் தொகுப்பிலுள்ள சிறுகதைகளை எழுதியதாலேயே சிறையில் பல மாதங்கள் அடைத்து வைக்கப்பட்ட எழுத்தாளர் ஷக்திக சத்குமாரவின் விடுதலைக்காக நமது தமிழ் எழுத்தாளர்கள் உள்ளிட்ட உலக எழுத்தாளர்கள் பலரும் குரலெழுப்பியதை இக் கணத்தில் நன்றியோடு நினைவுகூர்கிறேன்.

இந்தச் சிறுகதைகளைத் தமிழில் மொழிபெயர்க்க அனுமதித்த எழுத்தாளர்களுக்கும், இந்தச் சிறுகதைகளில் சிலவற்றைப் பிரசுரித்த அகழ், அம்ருதா, ஆக்காட்டி, கலைமுகம், காலச்சுவடு, காலம், விடிவெள்ளி, வியூகம் ஆகிய இலக்கிய இதழ்களுக்கும், இந்தத்

தொகுப்புக்கு முன்னுரை எழுதித் தந்துள்ள எனது பேரன்பிற்குரிய இனிய நண்பர் எழுத்தாளர் பாவண்ணன் அவர்களுக்கும், தொகுப்பாக பிரசுரிக்கும் வம்சி பதிப்பகத்துக்கும், திருமதி. ஷைலஜா பவா செல்லதுரைக்கும், இந்த நூலின் வடிவமைப்பாளர்களுக்கும் எனது மனமார்ந்த நன்றியும், அன்பும் என்றும் உரித்தாகும்.

- எம். ரிஷான் ஷெரீப்

26.10.2021

ரிஷான் ஷெரீப் - ஒரு நட்புப் பாலம்

இலக்கியத்தில் ஒரு மொழிபெயர்ப்பாளரின் பங்களிப்புக்கு முக்கியமானதொரு பங்கு உண்டு. பிறமொழிச் செல்வங்களைத் தேடித் தேடி எடுத்து மொழிபெயர்த்து தம் தாய்மொழி வாசகர்களுக்கு தொடர்ச்சியாக அவர்களே வழங்கிக் கொண்டிருக்கின்றனர். ஒரு படைப்பாளியாக எழுத்தாளர் ஒருவருக்கு எந்த அளவுக்கு முதன்மையிடம் உள்ளதோ, அதே அளவிலான முதலிடத்துக்கு மொழிபெயர்ப்பாளர்களும் தகுதியுள்ளவர்கள். ஒரு சூழலில் வாழ்கிறவர்களுக்கு, பிறமொழி இலக்கியங்கள் அந்தந்த மொழிகளுக்குரியவர்களுடைய வாழ்க்கைப் போக்குகளையும் எண்ணப் போக்குகளையும் உணர்வதற்கு மிகவும் உறுதுணையாக உள்ளன. தமிழகச்சூழலில், பாரதியார் தொடங்கி ஒவ்வொரு தலைமுறையிலும் ஒருசில மொழிபெயர்ப்பாளர்கள் உருவாகி மற்ற மொழிகளின் இலக்கிய வளத்தை தமிழ் வாசகர்களுக்கு அறிமுகம் செய்திருக்கிறார்கள். அவர்களுக்கு, வாசகர்களாக நாம் என்றென்றும் கடமைப்பட்டிருக்கிறோம்.

மாபெரும் நிலப்பரப்பைக் கொண்ட இந்தியாவில் தமிழகத்துக்கு அப்பால் பிற மொழிகளில் எழுதப்பட்ட குறிப்பிடத்தக்க படைப்புகளில் ஒருசில ஆக்கங்களாவது மொழிபெயர்ப்பாளர்களின் அர்ப்பணிப்பு மிக்க முயற்சியால் தமிழ் வாசகர்களின் வாசிப்புக்கு சீரான இடைவெளிகளில் கிடைத்து வருகின்றன. நேரடியாக மொழிபெயர்க்க வழியில்லாத அசாமிய மொழிப் படைப்புகள் கூட ஆங்கிலம் வழியாக தமிழை வந்தடைந்திருக்கின்றன. இலங்கையிலும் இதே போல தமிழுக்கும், சிங்களத்துக்கும் இடையிலான இலக்கியப்

பரிமாற்றங்கள் அந்தக் காலத்திலிருந்தே தொடங்கி செயல்பட்டு வருகின்றன. சில படைப்புகள் நேரடியாகவே மொழிபெயர்க்கப் பட்டுள்ளன, சில படைப்புகள் ஆங்கிலம் வழியாக மொழிபெயர்க்கப்பட்டுள்ளன.

எண்பதுகளில் இலங்கையைச் சேர்ந்த தமிழ் எழுத்தாளர் செ.யோகநாதன் எனக்கு சென்னையில் அறிமுகமானார். ஒருமுறை, அவரிடம் உரையாடிக் கொண்டிருந்தபோது அவர் என்னிடம் ஒரு புத்தகத்தைக் காட்டிய நினைவு உள்ளது. அப்புத்தகத்தின் பெயர் சேதுபந்தனம். சிங்களத்திலிருந்து தமிழில் மொழிபெயர்க்கப்பட்ட சிறுகதைகளின் தொகுப்பு. கனகரத்தினம் என்பவர் மொழிபெயர்த்திருந்தார். அதுபோலவே தமிழிலிருந்து சிங்கள மொழியில் மொழிபெயர்க்கப்பட்ட சில சிறுகதைத் தொகுதிகளும் வந்திருக்கின்றன என்று அப்போது குறிப்பிட்டார். இரு தரப்பிலும் கசப்புகளும், நெருக்கடிகளும் பெருகியிருந்த காலம் அது. அப்படிப்பட்ட சூழலில் கூட இலக்கியப் பரிமாற்றம் தடையின்றித் தொடர்கிறது என்பதை அறிய மகிழ்ச்சியாக இருந்தது. இலக்கியப் பரிமாற்றங்கள் அரசியல் நிலைபாடுகளுக்கு அப்பாற்பட்டவை. அவை நீடித்த மதிப்புள்ளவை. ஒரு நூற்றாண்டுக்குப் பிறகு அரசியல் சூழல்களில் மாற்றங்கள் நிகழக்கூடும். ஆயினும் இலக்கியப் பரிமாற்றங்கள் என்றென்றும் நிலைத்திருக்கும்.

கனகரத்தினத்துக்கு முன்பும் பின்பும் சில மொழிபெயர்ப்பாளர்கள் தம் பங்களிப்பைச் செலுத்தியிருக்கக்கூடும். நேரிடையாகத் தெரிந்துகொள்ள இயலாத நிலையில் என்னால் அதைப் பற்றி எதையும் குறிப்பிட இயலவில்லை. பத்தாண்டுகளுக்கு முன்பாக திண்ணை எனும் இணைய இதழில்தான் ரிஷான் ஷெரீப் என்னும் பெயரை முதன்முதலாகப் பார்த்தேன். சிங்கள மொழியில் எழுதிய கவிதைகளையும், கட்டுரைகளையும் அவர் தொடர்ந்து தமிழில்

மொழிபெயர்த்து அறிமுகப்படுத்திக் கொண்டிருந்தார். அது ஒரு நல்ல முயற்சி என்றே தோன்றியது. அதே சமயத்தில் ரிஷான் ஷெரீப்பின் சொந்தப் படைப்புகளாக கவிதைகளும், சிறுகதைகளும் அவ்வப்போது இலக்கிய இதழ்களில் வெளிவந்தபடி இருந்தன. 'அகதிப்பட்சி' என்னும் ஒரு கவிதையை இன்றளவும் நினைவில் வைத்திருக்கிறேன். அப்படைப்புகள் அனைத்தும் அவர் மீது ஒரு வாசக கவனத்தை உருவாக்கியிருந்தது. அப்படிப்பட்ட சூழலில்தான் அவர் படைப்பிலக்கியத்துக்கு இணையாக மொழிபெயர்ப்பிலும் முனைப்போடு ஈடுபட்டிருந்தார்.

கடந்த பத்தாண்டுகளாக ரிஷான் ஷெரீப் சீரான வேகத்தில் சிங்களம் - தமிழ் மொழிபெயர்ப்புக்கு நல்ல முறையில் பங்காற்றி வந்திருக்கிறார். அவருடைய படைப்புகள் பத்துக்கும் மேற்பட்ட புத்தகங்களாக வந்து கவனம் பெற்றுள்ளன. சமீபத்தில் அவருடைய மொழிபெயர்ப்பில் வெளிவந்திருந்த 'அயல்பெண்களின் கதைகள்' மிகச்சிறந்த சிங்களச் சிறுகதைகளைக் கொண்ட தொகுதி. இந்த ஆண்டுக்குரிய கொடையாக நமக்கு 'தடை செய்யப்பட்ட கதைகள்' கிடைத்திருக்கிறது.

தடை செய்யப்பட்ட கதைகள் தொகுதியில் பத்து கதைகள் உள்ளன. உதார ஸ்ரீருவன், ருவண் எம்.ஜயதுங்க, அஜித் பெரகும் திஸாநாயக, கே.டி.தர்ஷன, ஷக்திக சத்குமார, சரத் விஜேசூரிய என ஆறு எழுத்தாளர்கள் எழுதிய கதைகள். இவற்றுள் வாக்குமூலம் சிறுகதையை எழுதியவர் ருவண் எம்.ஜயதுங்க. தன்னிரக்கம் ஒரு மனிதனை எந்த அளவுக்குக் கீழிறங்க வைக்கும் என்பதையும் எந்த எல்லைக்கும் செல்லத் தயங்காதவர்களாக மாற்றும் என்பதையும் அவருடைய கதை நுட்பமாக உணர்த்துகிறது. அவரே எழுதிய இன்னொரு படைப்பான நாதனின் நேசமிகு விழிகள் சிறுகதையும் மிகவும் நுட்பமான தளத்தை உணர்த்தும் கதை. 'சிங்களர்கள் எல்லாரும் மிருகங்கள்' என்னும் சொற்களைக் கேட்டுக் கேட்டு வளரும் ஓர்

இளம்பெண் உயிர் பிழைத்திருக்க சொந்த நாட்டை விட்டு எங்கோ இடம்பெயர்ந்து, எப்படியோ வளர்ந்து, வாழ்வதற்காக ஏதோ ஒரு வேலை செய்து சம்பாதித்துக் கொண்டிருக்கும் சமயத்தில் மிருகமாக மாறி வேட்டையாடும் தமிழனை ரத்தமும் சதையுமாக நேருக்கு நேர் பார்த்துணரும் நெருக்கடியான தருணமே இச் சிறுகதை. இன அடையாளம் என்பது சுட்டிக் காட்டுவதற்கு ஒரு வசதியான சொல். அவ்வளவே. மிருகம் எல்லா மனிதர்களுக்குள்ளும் உறைந்திருக்கிறது. சிலர் அதை வளர்ப்பு மிருகத்தைப்போல பழக்கிப் பழக்கி தன்னுடைய கட்டுப்பாட்டில் வைத்திருக்கிறார்கள். சிலரோ அவ்வப்போது அதன் பசிக்கு இறைச்சியை அளித்து வேறு விதமாக பழக்கி வைத்திருக்கிறார்கள். மன ஆழத்தில் கால் மடக்கி மறைந்து அமர்ந்திருக்கும் அந்த மிருகத்துக்கு மொழி, இன, மத, கால பேதமெதுவும் இல்லை. அது வெறும் மிருகம். அவ்வளவுதான். தன் அடையாளம் வெளியே புலப்பட்டுவிடாதபடி காலம் தோறும் வெவ்வேறு வேடம் போட்டுத் திரிந்து ஊரை ஏமாற்றிப் பிழைக்கிறது. தொகுப்பில் கச்சிதமாகச்சொல்லப்பட்ட சிறுகதைகளில் இதுவும் ஒன்று.

கால்நூற்றாண்டு காலம் என்பது மனிதவாழ்வில் முக்கியமான ஒரு பகுதி. பெண்கள் பள்ளிக்கே செல்லாத ஒரு காலம் இருந்தது. வீட்டுக்கு அருகிலிருக்கும் தொடக்கப் பள்ளியில் எழுத்தறிவை மட்டும் பெற்றால் போதும் என்று மெல்ல மெல்ல ஒரு மாற்றம் வந்தது. அதைத் தொடர்ந்து பருவ வயதை அடையும் வரைக்கும் படிக்கலாம் என்ற மாற்றம் உருவானது. பள்ளிப் படிப்பை முடிப்பதும் கல்லூரிப் படிப்பை முடிப்பதும் இன்னும் சில ஆண்டுகள் கழிந்த பிறகே சாத்தியமாயிற்று. வேலைக்குச் சென்று பொருளீட்டுவது சாத்தியப்பட இன்னும் சில ஆண்டுகள் காத்திருக்க வேண்டியதாக இருந்தது. படிப்போ, வேலையோ எதுவாக இருந்தாலும் திருமணத்தோடு சரி என்று முற்றுப்புள்ளி வைத்த காலம் மறைந்து போக இன்னும் சில ஆண்டுகள்

கடந்து வர வேண்டியதாயிற்று. நல்லவனோ கெட்டவனோ பெற்றோர் பார்த்து வைப்பவனை ஏற்றுக் கொண்டு குடும்பம் நடத்துவதே ஒழுங்கான வாழ்க்கை என்று நம்பிய காலமும் இங்கேஇருந்தது. இன்று காலம் மாறி விட்டது. மரபை ஏற்பதும் துறப்பதும், அது எந்த அளவுக்குத் தேவை என்பதை ஆய்வு செய்து, அந்த ஆய்வு முடிவிற்குத் தகுந்தபடி எடுக்கும் தீர்மானங்களாக மாறிவிட்டன. இன்று பெண்கள் மிகவும் தன்னம்பிக்கையோடு வலம் வருகிறார்கள். பெற்றோர் பார்த்து வைத்தவனாக இருந்தாலும் சரி, தானாக தேடிக் கொண்டவனாக இருந்தாலும் சரி, ஒழுக்கமற்றவனை நிராகரிக்கும் தன்னம்பிக்கை இன்றைய பெண்களின் அணுகுமுறையில் வந்து விட்டது. தன்னம்பிக்கையோடு ஒழுக்கமற்றவனை உதறிவிட்டுச் செல்லும் ஒரு பெண்ணை, பெற்றோரின் சொல்லுக்கும் மானத்துக்கும் அஞ்சி ஒழுக்கமற்றவனை ஏற்றுக் கொண்டு காலமெல்லாம் கண்ணீரோடு வாழ்ந்த அந்தக் காலப் பெண் நேருக்கு நேர் பார்க்கும் அனுபவம் அழகான கதையாக மாறியிருக்கிறது.

இக்கதைகளைப்போலவே தொகுப்பில் உள்ள ஒவ்வொரு கதையையும் ஒட்டி வாசகர்கள் அசைபோட்டுப் பார்க்க ஏராளமான செய்திகள் உள்ளன. நம் நாட்டுச்சூழல் சார்ந்தும் கதையின் கருக்களைப் பொருத்தி யோசித்துப் பார்க்கலாம். அந்தப் பார்வை கதையின் மீது மேலதிகமான வெளிச்சத்தைப் பாய்ச்சி துலக்கமாக புரிந்து கொள்ள உதவியாக இருக்கும்.

ஒவ்வொரு நாட்டின் சார்பிலும் அயலகத் தூதர் என்னும் பொறுப்பில் பணியாற்றுவதற்காக வெவ்வேறு நாடுகளுக்கு அதிகாரிகள் அனுப்பப்படுவதுண்டு. அரசியல் சார்ந்து இரு நாடுகளுடைய நல்லிணக்கத்தையும், புரிந்துணர்வையும் செழுமைப்படுத்த பாடுபடுவதே அவர்களுடைய பணிகளாகும். அதே நல்லிணக்கத்துக்காகவும், புரிந்துணர்வுக்காகவும் பண்பாடு சார்ந்து

அமைதியாக, எவ்விதமான லாபத்தையும் கருதாமல் தன் போக்கில் பணியாற்றுபவர்கள் மொழிபெயர்ப்பாளர்கள். மண்ணுக்கு வளம் சேர்க்கும் உரத்தைப்போல மொழிக்கு வளம் சேர்ப்பவர்கள் இவர்கள். இலங்கை மண்ணில் வாழும் ரிஷான் ஷெரீப் தமிழுக்கு வளம் சேர்ப்பவர். தமிழுக்கும் சிங்களத்துக்கும் இடையில் ஒரு நட்புப்பாலமாக விளங்குபவர். அவரை மதித்துப் போற்றுவது நம் கடமை. அவருக்கு என் மனமார்ந்த வாழ்த்துகள்.

பாவண்ணன்
04.12.2021

உதார ஸ்ரீருவன்

1. இருள்..18

ருவண் எம். ஜயதுங்க

2. வாக்குமூலம்..27

3. நாதனின் நேசமிகு விழிகள்..46

அஜித் பெரகும் திஸாநாயக

4. வெள்ள நிவாரண முகாம்...67

கே.டி. தர்ஷன

5. நீலச்சுழி 76

ஷக்திக சத்குமார

6. தடை செய்யப்பட்ட பகுதி 96
7. பாதி 102

சரத் விஜேசூரிய

8. பின்வாங்குதல் 109
9. அக்கா 122
10. விதி 141

உதார ஶ்ரீருவன்

சிங்கள எழுத்தாளரும், இயக்குனருமான திரு. உதார ஶ்ரீருவன் இலங்கை மன்றக் கல்லூரியில் திரைப்படக் கலையைக் கற்றுத் தேர்ந்தவர். தற்போது விளம்பரத் துறையில் பணி புரிந்து வரும் இவர் தனது சிறுகதைகள் மூலமாக பலராலும் அறியப்பட்டிருக்கிறார்.

இருள்

இருள்...! அந்த இருளானது, துண்டு துண்டாக வெட்டி கையிலெடுக்கக் கூடிய இருளொன்றல்ல. விரல்களினிடையே திரவம் போல தப்பித்து நழுவிப் போய்விடும் இருள். பிச்சிப் பூக்கள் உதிர்ந்திருக்கும் நீலப் புல்வெளி மைதானமொன்றைப் போன்ற ஆகாயத்தைப் பார்க்க எவ்வளவு அழகாக இருக்கிறது இரவில்.

திடீரென்று, இருள் கவிதையின் எழுத்துக்களை உடைத்துத் தூளாக்கிப் பரப்பியவாறு சரளைக் கற்பாதை மீது ஜீப்பொன்று விரைந்தது, இரவு வானத்தின் புல்வெளி மைதானத்துக்கு திரவ இருளினூடாக சரளைக் கற்களை வீசியெறிந்தவாறு... புழுதியைக் கிளப்பியவாறு... நாய்களைப் பைத்தியமாக்கியவாறு...

வீட்டினருகே ஓடிக் கொண்டிருக்கும் நீரோடைக்கு மேலே ஆகாய கங்கை பாய்ந்தோடுகையில் மெணிக்கா, குறிஞ்சான் கீரையை ஆய்ந்து கொண்டிருந்தாள். மெணிக்காவுக்கு நாய்கள் குரைக்கும் சத்தம்தான் முதலில் கேட்டது. அவள் காதுகளைக் கூர்மையாக்கி செவிமடுத்துக் கொண்டிருந்தாள். அடுப்பின் நெருப்பு அவளது வயதான முகத்தின் ரேகைகளிடையே நிழல்களைத் தோற்றுவித்துக் கொண்டிருக்கையில், அடுப்பில் வைக்கப்பட்டிருந்த சோற்றுப் பானையை மூடியிருந்த தகட்டு மூடியை ஒரு தாளத்தில் மேலே தூக்கியெறிந்து நடனமாடும் பானையின் நுரை அவளைப் பார்த்துக் கொண்டே அடுப்பில் இறங்கியது.

மெணிகா சட்டியைப் பார்த்தாள். குறிஞ்சான் கீரையை ஆய்ந்து கொண்டிருந்த கை அப்படியே மண்சட்டியினுள்ளே சிலையாகிப் போயிருந்தது. மரத்துப் போயிருந்த அவளுக்கு இவ்வாறாகக் கடந்த

ஒரு இரவு நினைவில் தோன்றியது. நெடுநாட்களுக்கு முன்பு நின்று போயிருந்த ஒரு இரவு.

✱✱✱

அந்த இரவு அன்றோடு நின்று போகும் முன்பு, அணைக்கட்டின் மீது அமர்ந்து, தண்ணீரில் நின்று கொண்டிருந்த சிறுவனின் முதுகைத் தேய்த்துக் கொண்டிருந்த மெணிக்காவுக்கு சமையலறை அடுப்பிலிருந்த சோற்றுப் பானை நினைவுக்கு வந்தது.

''எருமை மாடு மாதிரி தண்ணில ஊறிட்டே கிடக்காம சீக்கிரமா சவர்க்காரம் தேய்ச்சு குளிச்சிட்டு வா... நான் சோற்றைப் பார்க்கப் போறேன்'' என்று கூறியவாறே மெணிகா வீட்டைப் பார்த்தவாறு, பையனைக் கவனிக்காது ஓடைக் கரையை விட்டும் அகன்றாள்.

அடுப்பில் நெருப்பு அணைந்திருந்தது. அவள் அடுப்பருகே இருந்த இரும்புக் குழாயை எடுத்து வாயின் அருகே வைத்து நுரையீரல்களை அடுப்பின் மீது ஊதி வெறுமையாக்கினாள். அடுப்பின் தணல்கள் எரிந்து பளபளத்தன. புகை பட்டு எரிச்சலுண்டாகி கண்ணீர் ஊற்றெடுத்த கண்களைக் கசக்கியவாறு மெணிகா குறிஞ்சான் கீரைக் கட்டைத் தேடினாள். குறிஞ்சான் கீரைக் கட்டை, சிறுவனோடு ஓடைக்கரையில் மறதியாக விட்டு வந்திருப்பது அவளுக்கு ஞாபகம் வந்தது. அவள் அவசரமாக அணைக்கட்டினை நோக்கி நடக்கத் தொடங்கினாள் சேம்பிலைப் பாத்தியினிடையேம வெளிச்சமேதுமற்று...

சேம்பிலைச் செடிகளைக் கடக்கையில் நாய்கள் குரைக்கும் ஓசையை அவள் கேட்டாள். அந்த இரவில் வேகமாக வந்த ஜீப் வண்டியொன்று அந் நீரோடை அணைக்கட்டருகே இருந்த பாதையில் நிறுத்தப்பட்டிருந்தது. வண்டியின் இன்ஜின், இன்னும் தட தட சத்தத்தோடு மூச்சிறைக்கையில், ஜீப்பின் கர்ப்பத்துக்குள்ளிருந்து வெளியே வந்த ஆறு நிழல்கள், நட்சத்திர ஒளி விழுந்து மின்னிக்

கொண்டிருந்த ஓடைத் தண்ணீரில், குளித்துக் கொண்டிருந்த சிறுவன் ஒருவனை ஈரத் துண்டுடனே மீனொன்றைப் போல அள்ளியெடுத்து ஜீப்பின் கர்ப்பத்துக்குள் இட்டு, திரவ இருளினூடே காணாமல் போகும் திக்கை சேம்பிலை இலையின் மீது வைக்கப்பட்டிருந்த துண்டுச் சவர்க்காரமும், அதற்கருகிலிருந்த குறிஞ்சான் கீரைக்கட்டும் பார்த்துக் கொண்டிருந்தன.

மெணிக்கா சேம்பிலைப் பாத்தியின் எல்லைக்கு வருகையில் அணைக்கட்டினருகே நிறுத்தப்பட்டிருந்த ஜீப்பின் விளக்கொளியை திரவ இருளினூடே கண்டாள். பாதையின் சரளைக் கற்களைத் தூளாக்கியவாறு வந்த நிழல்கள் சிறுவனின் சிறிய கைகளைப் பிடித்திழுத்து ஜீப்பில் ஏற்றுவதை அவள் சேம்பிலை மடலொன்றைக் கசக்கிப் பிடித்தவாறு அதிர்ச்சியில் சிலையெனச் சமைந்து பார்த்திருந்தாள்ம வாய் திறந்து.... விழிகளிரண்டையும் அகல விரித்தும ஜீப் சென்று வெகுநேரம் ஆகும்வரை...

மெணிகா உணர்விழந்து போயிருந்த கால்களுக்கு சிரமப்பட்டு உயிர் கொடுத்து அணைக்கட்டின் அருகே நகர்ந்தாள். சிறுவன் ஓடையில் இல்லை. அவள் ஓடையைத் தாண்டிச் சென்று மறுபுற அணைக்கட்டில் ஏறி நின்றாள். அங்கேயும் சிறுவன் இல்லை. அவள் சிறுவன் கொண்டு செல்லப்பட்ட திக்கை நோக்கி மேலும் சில அடிகள் எடுத்து வைத்தாள். அவளது காலில் குளிர்ச்சியாகத் தட்டுப்பட்டது குறிஞ்சான் கீரைக்கட்டு. மெணிகா அங்கேயே முழந்தாளிட்டாள். குறிஞ்சான் கீரைக் கட்டை நெஞ்சோடு சேர்த்துப் பிடித்து அழுத்தியவாறு அவள் இருளினூடே பார்த்திருந்தாள்ம விழிகளிரண்டிலிருந்தும் கண்ணீர் வழிந்தோடுகையில்ம. ஒரு விம்மல் கூட அற்று....

அந்த இரவு அதன் பிறகு ஒருபோதும் விடியவேயில்லை.

★★★

உணர்விழந்து மரத்துப் போயிருந்த மெணிக்காவின் கை சடுதியாக நீண்டது. சட்டியை ஒரு புறம் தள்ளியவள், சமையலறையிலிருந்து வெளியே பாய்ந்து, சேம்பிலைகளை மிதித்தவாறு அணைக்கட்டை நோக்கி ஓடினாள். சேம்பிலைப் பாத்தியைத் தாண்டும்போது அவளுக்கு வண்டிச் சக்கரங்கள் சரளைக் கற்களைத் தூளாக்கும் ஓசை கேட்டது. அது அவளது பையனைக் கொண்டு சென்ற தினத்தில் கேட்ட வண்டியின் ஓசையேதான். அவளது கால்கள் அன்று போலவே உணர்விழந்து போவதை அவள் உணர்ந்தாள். எனினும் சிறுவன் இன்னும் ஓடையில் குளித்துக் கொண்டிருப்பதாகவே அவளது உள்ளுணர்வு சொன்னது.

அன்று அடியெடுத்து முன்வைக்க முடியாமல் போன பாதங்களை வேகமாக முன்வைத்துச் சென்று அவர்களால் அவனைக் கொண்டு செல்ல முடியாதவாறு, சிறுவனைக் கட்டியணைத்துக் கொள்வதே அவளது தேவையாக இருந்தது.

'எனது பிள்ளையை விட்டுட்டுப் போ' என்று அவர்களுக்குக் கேட்கக் கத்தவும் முடியும்.

மெணிக்காவின் நெஞ்சம் இஞ்சினின் அதிர்வுக்கு சளைக்காத அதிர்வோடு அடித்துக் கொண்டிருந்தது. சேற்றில் புதைந்திருந்த பாதங்கள் முழங்கால் வரை மூழ்குவதை அவள் உணர்ந்தாள். ஒரு கையால் நெஞ்சாங்கூட்டிலிருந்து வெளியே குதிக்கத் தயாராகும் இதயத்தை மட்டுப்படுத்தியவாறு, மறுகையால் சேம்பிலை மடல்களை நசுக்கிப் பிடித்து, மூழ்கிக் கொண்டிருக்கும் கால்களுக்கு பலம் கொடுத்து சேம்பிலைப் பாத்தியின் எல்லைக்கு வந்தபோது, வண்டி அவள் முன்னால் விரைந்தது. வண்டியின் விளக்கொளிக்குக் கட்டுப்பட்டு பாதையின் இருமருங்கிலும் ஒளிந்துகொண்ட இருளானது, மெணிக்காவைக் கிண்டல் செய்வதைப் போல திரும்பவும் பாதையின்

இருமருங்கிலிருந்து ஊற்றெடுத்து வந்து பாதையை மூடிக் கொண்டது.

அவள் நுரையீரல்கள் நிறைய ஆழமாக மூச்செடுத்தாள். வண்டி கிளப்பிவிட்டுச் சென்ற புழுதியானது, புகையோடு கலந்து மெணிக்காவின் நுரையீரல்களைத் துளைத்தவாறு உள்ளே சென்றது. மெணிக்கா ஒரு கணம் நின்று இளைப்பாறினாள். நோவெடுத்த நெஞ்சை ஒரு கையால் அழுத்திப் பிடித்துக் கொண்டு மறுகையால் மூக்கைப் பொத்தியவாறு அவள் தொலைவிலிருந்த வளைவினூடாகக் காணாமல் போகும் வண்டியையே பார்த்துக் கொண்டிருந்தாள். இதற்கிடையே சிறுவன் இன்னும் ஓடையில் குளித்துக் கொண்டிருப்பதை அவளது செவிகள் அவளிடம் உரைத்தன.

அவள் மெதுவாக நீரோடைக் கரை அணைக்கட்டுக்கு வந்தாள். ஒரு சிறுவன் ஓடையில் கரணமடித்து விளையாடுவதை இருளுக்குப் பழகிய கண்களால் அவள் கண்டாள். அவளுக்கு அழுகை வந்தது. ஓடைக்குக் குறுக்காகப் போடப்பட்டிருந்த பலகைப் பாலத்தினூடு விரைவாக கரையின் மறுபுறம் சென்றவள், பாசி படிந்திருந்த கற்படிகளில் பழக்கத்தைக் கொண்டே பாதங்களை வைத்து தண்ணீரை நெருங்கினாள். கற்படியின் மீது வைக்கப்பட்டிருந்த ஈரமும், குளிர்ச்சியானதுமான ஏதோவொன்று அவளுக்கு மிதிபட்டது. இருளிலேயே அவள் குனிந்து அதைக் கையிலெடுத்தாள். சவர்க்காரத் துண்டொன்று அது.

"நீ இன்னுமா குளிச்சிட்டிருக்கே? பிரம்பெடுக்கலன்னா உனக்கும் கரையேற ஞாபகம் வர்றதில்ல..."

நெஞ்சு அடைத்தபோதும் மெணிக்கா மிரட்டினாள். அந்தச் சிறுவன் அதிர்ந்து போய் தண்ணீரிலேயே மூழ்கி நின்று அவள் பக்கம் திரும்பி உறைந்து போய் பார்த்துக் கொண்டிருந்தான். சிறுவன் பயந்து போயிருப்பதை அவள் உணர்ந்தாள்.

''இப்போவாச்சும் மேலே வா... சவர்க்காரம் பூசி விடுறேன்''

அவளை மேலும் சில கணங்கள் பார்த்துக் கொண்டிருந்த அந்தச் சிறுவன் மெதுவாக கரையை நெருங்கினான். கரையை நெருங்கும் சிறுவனை இருட்டிலேயே பார்த்துக் கொண்டிருந்த மெணிக்காவுக்கு, கரைக்கு வந்தது அவளது மகனல்ல என்பது புரிய சற்று நேரமெடுத்தது. பொங்கிப் பிரவகித்து விழிகளில் கண்ணீர் நிறைகையில், வரண்ட எச்சிலை தானாக விழுங்கினாள். இற்றைக்கு வெகுகாலத்துக்கு முன்னர் ஓர் இரவில், தனது மகன் ஓடைக்கரையில் குளித்துக் கொண்டிருக்கையில், அவனைத் தனியே விட்டுவிட்டு தான் வீட்டுக்குச் சென்றதுவும், அந்த இரவுக்குப் பின்னர் அந்தப் பிள்ளை வீட்டுக்குத் திரும்பி வராததுவும் மெணிக்காவுக்கு ஞாபகத்துக்கு வந்தது.

கரையேறிய சிறுவனை இருளிலேயே சில கணங்கள் வெறித்துப் பார்த்திருந்த மெணிக்கா சவர்க்காரத் துண்டை உள்ளங்கைகளில் நசுக்கித் தேய்த்தாள்.

''மறுபக்கம் திரும்புமு முதுகு தேய்ச்சு விடுறேன்.. உனது அம்மாவும் இந்த இருட்டுல உன்னைக் குளிக்க அனுப்பியிருக்காளேம சீக்கிரமாக் குளிச்சிட்டு வீட்டுக்கு ஓடு..''

அவள், கண்களிலிருந்து வழியும் கண்ணீரோடு சிறுவனை மிரட்டினாள். சிறுவன் ஓசையெழுப்பாது மெணிக்காவுக்கு முதுகைக் காட்டிக் கொண்டிருந்தான். அவள் நடுங்கும் கைகளுக்கு பலம் கொடுத்து அந்தச் சிறுவனின் முதுகில் சவர்க்காரத்தைத் தேய்க்கத் தொடங்கினாள்.

'இல்லை...இது என் பிள்ளைதான்' என்றே மீண்டும் மெணிக்காவுக்குத் தோன்றியது.

அன்றிரவைப் போலவே இன்றும் சோற்றுப் பானையை அடுப்பிலேயே வைத்து விட்டு வந்திருப்பது அவளது நினைவுக்கு

வந்தது. திடீரென வெளியே குதித்த விம்மலோடு, சவர்க்காரத் துண்டு மெணிக்காவின் கைகளிலிருந்து நழுவி ஓடையில் வீழ்ந்தது. அப்படியே தண்ணீரிலேயே அமர்ந்து கொண்ட மெணிக்கா விம்மி விம்மி அழுதவாறு இருளிலேயே ஆகாயத்தை நோக்கினாள்.

பிச்சிப் பூக்கள் உதிர்ந்திருந்த நீலப் புல்வெளி மைதானத்தைப் போன்ற ஆகாயமானது, பார்க்க எவ்வளவு அழகானதாக இருக்கிறது இரவின் இருளில்...!

ருவண் எம். ஜயதுங்க

கவிதை, சிறுகதை, கட்டுரை ஆகிய துறைகளில் சிங்களம் மற்றும் ஆங்கிலம் ஆகிய மொழிகளில் தனது பங்களிப்பை ஆற்றி வரும் திரு. ருவண் எம் ஜயதுங்க, ஜோன் எப். கென்னடி, வேலுப்பிள்ளை பிரபாகரன் போன்ற தலைவர்கள் குறித்தும், மனநல மருத்துவம், சிறுகதைத் தொகுப்புகள் எனவும் நாற்பதுக்கும் மேற்பட்ட நூல்களை எழுதியுள்ளார்.

இலங்கை இராணுவத்தின் மன நலப் பிரிவில் மருத்துவராக கடமையாற்றியுள்ள இவர், இலங்கையில், பேரதிர்ச்சிக்குப் பிறகான மன உளைச்சலுக்கு (PTSD) சிகிச்சை அளிக்கும் முன்னோடி மருத்துவர்களில் ஒருவர். அது தொடர்பான பல நூல்களையும் எழுதியிருக்கிறார். இவர் சிறுவர் உளவியல் குறித்து பிரித்தானியாவிலும், உளவியல் சமூக மறுவாழ்வு குறித்து கனடாவிலும் கற்றிருப்பதோடு, தற்போது உள மருத்துவம் குறித்த முனைவர் பட்ட ஆய்வை ஆஸ்திரியாவில் மேற்கொண்டு வருகிறார்.

சிறந்த விரிவுரையாளராகவும் அறியப்பட்டிருக்கும் இவர் அமெரிக்கா, கனடா ஆகிய நாடுகளிலுள்ள முன்னணிப் பல்கலைக்கழகங்களில் விரிவுரையாற்றி வருகிறார். அத்தோடு கனடாவைப் பிரதிநிதித்துவப்படுத்தும் PTED சர்வதேச அறிவியல் குழுவில் உறுப்பினராக உள்ளார் என்பதுவும் குறிப்பிடத்தக்கது.

வாக்குமூலம்

மனநல மருத்துவர் சோபாவின் மீது சாய்ந்திருக்கும் தனது நோயாளியை மூக்குக் கண்ணாடியின் கீழால் கவனித்தார். அவரது பார்வைக்கு நோயாளியின் தலையும், கழுத்தும், இரு பாதங்களும் மாத்திரமே தென்பட்டன. சோபாவின் மீது சாய்ந்து படுத்தவாறே இரு விழிகளையும் மூடியிருந்த நோயாளி கதைத்துக் கொண்டிருந்தார். அவர் தனது வாழ்க்கையின் இருண்ட பகுதிகளைக் கூட எவ்வித செப்பனிடலுமில்லாமல் கூறிக் கொண்டிருந்தார். நோயாளியின் வார்த்தைகளைக் கூர்ந்து கவனித்தவாறு மருத்துவர் அதனைக் கேட்டுக் கொண்டிருந்தார். மருத்துவர், நோயாளியின் தலைக்கு பின்புறமாக வைக்கப்பட்டிருந்த கதிரையொன்றில் அமர்ந்திருந்ததனால் நோயாளிக்கு மருத்துவரைக் காண முடியவில்லை.

அந்த அறை சற்று இருட்டாக இருந்தது. அறையின் கதவுகள் மூடப்பட்டிருந்தமையினால் நோயாளியின் குரல் அந்த அறையைத் தாண்டி வெளியே பரவாதிருந்தது. நோயாளி மெல்லிய தொனியில் கதைத்துக் கொண்டிருந்தார். அத் தொனியை வெறுப்பு, கோபம் போன்ற உணர்வுகள் சூழ்ந்திருந்தன. நோயாளியின் பேச்சை மேலும் முன்னெடுத்துச்செல்லத்தூண்டும் விதமாகஇடைக்கிடையே மருத்துவர் நோயாளியிடம் குறுக்குக் கேள்விகளைக் கேட்டுக் கொண்டிருந்தார்.

'ஆமாம், நீங்கள் பல்கலைக்கழகத்தில் கற்றுக் கொண்டிருந்த காலகட்டத்தில் அரசியல் செயற்பாடுகளில் ஆர்வமாக இருந்தீர்கள் என்று கூறினீர்கள் அல்லவா? அதன் பிறகு என்ன நடந்தது?' என மனநல மருத்துவர் தனது நரைத்திருந்த தாடியைத் தடவிக் கொடுத்தவாறு நோயாளியிடம் அந்தக் கேள்வியைக் கேட்டார்.

'நான் முற்போக்கு அரசியலின் மீதே ஈர்க்கப்பட்டிருந்தேன். நாங்கள் மறைந்திருந்து இரகசிய அரசியலை நடத்தினோம். அதாவது போலீஸ் மற்றும் ஆட்சியாளர்களுக்குத் தெரியாமல் மறைவாக நடத்தும் அரசியல். நாங்கள் மார்க்ஸ், லெனின் தர்க்கங்களில் ஈர்க்கப்பட்டு மூளை குழம்பிப் போயிருந்தோம். மாயலோகமொன்றில் நாங்கள் சிக்கிக் கொண்டிருந்தோமென இப்போது தோன்றுகிறது.'

இவ்வாறு கூறி விட்டு சற்று விழிகளைத் திறந்த நோயாளி, அறையின் உத்தரத்தைப் பார்த்து விட்டு மீண்டும் விழிகளை மூடிக் கொண்டார். மன நல மருத்துவர், நோயாளி கூறும் வாக்குமூலத்தின் முக்கியமான பகுதிகளை தனது பதிவுப் புத்தகத்தில் குறிப்பெடுத்துக் கொண்டார். மருத்துவருக்கு எட்டு வருடங்களுக்கு முன்பு பாதேர் மெயின்ஹோப் குழுவில் உறுப்பினராகவிருந்த ஜேர்மன் நாட்டைச் சேர்ந்த நோயாளியொருவர் நினைவுக்கு வந்தார். அவரும், இவரைப் போலவே மெலிந்த உடலைக் கொண்டவர்தான்.

'குறிக்கோளின்றி அலைந்து கொண்டிருந்த அரசியலைத்தான் நாங்கள் செய்து கொண்டிருந்தோம். வகுப்புவாதத்தை நாங்கள் எதிர்த்தோம். எம்மை எதிர்க்கும் எவரையும் துரோகியென முத்திரை குத்தினோம். அதன் பிறகு......' நோயாளி சற்று மௌனமானார்.

'ஆமாம்...அதன் பிறகு?' என மருத்துவர் நோயாளியை தொடர்ந்தும் கதைக்கத் தூண்டினார்.

'அதன் பிறகு.... அதன் பிறகும அதன் பிறகும. அதன்பிறகு நாங்கள் துப்பாக்கிகளால்தான் பதிலளித்தோம். நானாக ஒருபோதும் துப்பாக்கி விசையை அழுத்தியதில்லை. எனினும் சில படுகொலைகளை எனது கரங்களை உயர்த்தி அனுமதித்திருக்கிறேன். அதனால் எனது கைகளில் குருதிக் கறை படியவில்லை என்று கூறவும் முடியாது. ஒரு துரோகியைக் கொன்றதன் பிறகு ஒரு விந்தையான ஆசுவாசம் கிடைக்கும். டாக்டர், அந்தம அந்தம. அந்த சந்தோஷத்தை விவரிக்க எனக்குத்

தெரியவில்லை. அந்த மகிழ்ச்சி நாட்கணக்கில் மனதில் நீடித்திருக்கும். காலையும், இரவும் அதை நினைத்து நினைத்து பூரித்திருக்க முடியும். அந்தக் கொலைகள் குறித்து இன்றும் கூட என் மனதில் பச்சாதாபம் ஏதுமில்லை. ஒருவனின் மனதில் வைராக்கியமும், குரோதமும் நிறைந்திருக்கும் போது அவன் பலமடைகிறான். துரோகியைக் கொன்றதுமே மேலும் மேலும் பலம் பெறுகிறான். இரத்தம்தான் வாழ்க்கை. இதுதான் கசப்பான உண்மை. இரத்தத்தை விடவும் இனிமையான வேறொன்று இந்த உலகத்தில் இருக்கிறதா என்ன?'

நோயாளி பற்களைக் கடித்துக் கொண்டார். மீண்டுமொரு தடவை கண்களைத் திறந்து உத்தரத்தைப் பார்த்துவிட்டு உடனடியாக மூடிக் கொண்டார். மீண்டும் சிந்தனையில் ஆழ்ந்தார்.

'போலிஸார் பகலும், இரவுமாக எங்களைத் தேடிக் கொண்டிருந்ததனால் எமது இயக்கச் செயற்பாடுகள் தேக்கமடையத் தொடங்கின. நான் உயிரைக் காப்பாற்றிக் கொள்ளவென ஒரு கிறிஸ்தவ தேவாலயத்துக்குள் ஒளிந்திருந்தேன். அவ்வாறு ஒளிந்திருந்தவேளையில் பலதரப்பட்ட பயங்கரமான எண்ணங்கள் என்னுள்ளே தோன்றத் தொடங்கின. நாங்கள் கொன்றழித்த துரோகிகளின் குரல்கள் எனக்குக் கேட்கத் தொடங்கின. நான் இரவுகளில் பீதியில் ஆழ்ந்தேன். நான் உள்ளே தேவாசனத்தின் அருகில்தான் படுத்துக் கொண்டிருப்பேன். டோர்ச் வெளிச்சமோ, வாகன ஓசைகளோ, பரிச்சயமற்ற மனிதக் குரல்களையோ செவிமடுக்குமிடத்து எனது இதயம் படபடக்கும். வியர்வை வழிந்தோடும். நான் பூஜை மாடத்தின் பின்புறமாக மறைந்துகொள்வேன்.

தேவாலயத்திலிருந்த அருட்தந்தையின் கருணையினாலேயே நான் இன்னும் உயிரோடிருக்கிறேன். எனது தோழர்கள் அனைவருமே டயர்களில் எரிந்து சாம்பலாகிப் போனார்கள். சிலர்

காணாமலாக்கப்பட்டிருக்கிறார்கள். இவ்வாறு சில காலம் தேவாலயத்துக்குள் ஒளிந்திருக்கும் போதுதான், ஒளிந்திருக்கும் ஏனைய உறுப்பினர்களைச் சந்தித்து தொடர்புகளை வலுப்படுத்திக் கொள்ள வேண்டுமென்று எனக்குத் தோன்றிக் கொண்டேயிருந்தது. அவ்வாறாக தொடர்புகளை ஏற்படுத்திக் கொள்ளச் சென்றபோதுதான் நான் இராணுவத்திடம் அகப்பட்டுக் கொண்டேன்.'

நோயாளி வீணைத் தந்தியைப் போல தனது சரீரத்தை உயர்த்தி சிலிர்த்துக் கொண்டார். சிறிது நேரம் அமைதியாக இருந்த அவர் சுயசரிதையைத் தொடர்ந்தார்.

'அவர்கள் எனது பெருவிரல்கள் இரண்டிலும் சப்பாத்து நாடாக்களால் முடிச்சிட்டுக் கட்டி உத்தரப் பலகையில் என்னைத் தொங்கவிட்டிருந்தார்கள். வலியானது, விரல்களிலிருந்து மணிக்கட்டு, தோள்கள், கழுத்து என பரவி வந்து கொண்டிருந்தது. பெருவிரல் இரண்டினதும் தோல் கிழிந்து கழன்று விழும் என்பதாக எனக்குத் தோன்றியது. அந்த வலியோடு, வதையாளர்கள் தடித்த உருளைக் குழாய்களால் பிட்டத்தில் அடித்துக் கொண்டிருந்தார்கள். நசுங்கிய தக்காளியைப் போல பிட்டங்கள் வெடித்து குருதி கசிந்து கொண்டிருந்தது. பிட்டங்களில் கசியும் இரத்தம் சொட்டுச் சொட்டாக தரையில் பரவிக் கொண்டிருந்தது.

வதையாளர்களின் பூட்ஸ் சப்பாத்துக்களில் மிதிபடும் இரத்தம் பட்டு அறை முழுவதும் இரத்தக் கறையாகவிருந்தது. அடுத்தடுத்த உத்தரப் பலகைகளிலும் எமது உறுப்பினர்களைப் போன்ற ஏனைய இனந்தெரியாத நபர்களைக் கொழுவித் தொங்கவிட்டு சித்திரவதை செய்து கொண்டிருந்தார்கள். சிலரை சக்கரத்தில் இட்டிருந்தார்கள். சிலருக்கு வேதனை தாங்காமல் சிறுநீரும், மலமும் தாமாக வெளிப்பட்டிருந்தன. அலறலும், மரண ஓலமும், வதையாளர்களின் கிண்டல் சிரிப்பும் அறை முழுவதும் நிரம்பியிருந்தன.

அன்றைய தினம் முழுவதும் என்னைத் தொங்கவிட்டு சித்திரவதை செய்தார்கள். அதன்பிறகு சக்கரத்தில் வைத்து சுழற்றிச் சுழற்றி லத்தியால் அடித்தார்கள். இவ்வாறு தொடர்ச்சியாக அடிக்கும்போது வலியுணர்வு ஒரு கட்டத்தில் இல்லாமல் போகும். நரம்பு மண்டலமே செத்துப் போனது போல உணர்வுகள் செயலிழந்து விடும். நரம்பு மண்டலத்தின் வலியுணர்வுத் தகவல்களை மூளையானது புறந்தள்ளி விடுகிறது என்பதை உணர்ந்த வதையாளர்கள், 'இவனை இனி எவ்வளவு வதைத்தாலும் பயனில்லை' என்று கதைத்துக் கொள்வதை நான் கேட்டேன். அதனைத் தொடர்ந்து பொம்படியர் 'இவனை சிறையில் அடை' என்று கூறும் குரலையும் நான் கேட்டேன்.

ஒருவன் கதிரையொன்றில் ஏறி நின்று, என்னைச் சிறைப்படுத்திக் கட்டியிருந்த பெருவிரல் முடிச்சுக்களை வெட்டி விட்டான். மரக்கட்டை போல நான் கீழே விழுந்தேன். சிறுநீரும், இரத்தமும் பரவியிருந்த தரையில் எனது முகம் சென்று மோதியதும் நான் மிகச் சிரமப்பட்டு தலையை உயர்த்தினேன். சீருடை அணிந்திருந்த இராணுவத்தினன் ஒருவன் என்னை தரையில் வைத்தே இழுத்துக் கொண்டு சென்றான். அவ்வாறு இழுத்துக் கொண்டு சென்று ஒரு சிறையறையின் வாசலில் வைத்து என்னை உள்ளே தள்ளினான். அதன் இரும்புக் கதவைப் பூட்டித் தாழிடும்போதுதான் கண்ணைத் திறந்து பார்த்தேன்.

அந்தச் சிறையறை நிறைந்து வழியும்விதமாக மனித உடல்கள் அங்கு நிறைந்திருந்தன. அங்கிருந்த அனைத்துமே நிர்வாண உடல்கள். சில அமைதியாகக் கிடந்தன. சில மரண ஓலத்தை வெளிப்படுத்தின. சிலவற்றிடமிருந்து முனகலொலி மாத்திரம் எழுந்தன. சில, தெய்வங்களிடம் பிரார்த்தித்துக் கொண்டிருந்தன. அனைத்து தேகங்களிலும் காயங்கள் பழுத்து சீழ் கட்டியிருந்தன. ஒருவரது தேகத்திலிருந்து வெளியாகும் சீழ், அருகிலிருந்த நபரின் உடலை ஒட்டிப் பிடித்துக் கொண்டிருந்தது. இதற்கிடையில் சிலர் சிறுநீரிலும்,

நரகலிலும் தோய்ந்திருந்தார்கள். அங்கிருந்த ஒரு நபரது வாயின் இரு புறமும் கூரிய கத்தியால் கிழிக்கப்பட்டிருந்தன. பயங்கரமான துளைகளிரண்டு அவரது கன்னங்களில் தென்பட்டன. அவற்றிலிருந்து சீழ் ஒழுகிக் கொண்டிருந்தது. ஈக்கள் அவரைச் சுற்றியும் மூடியிருந்தன.

எம்மை ஒரு சிறிய அறையிலேயே அடைத்திருந்தார்கள். அறை இருட்டாக இருந்தது. ஜன்னல் கூட இல்லை. சுவாசக் காற்று வேண்டி சிலர் இரும்பு வாயிலருகே போவார்கள். அந்த இடத்தில் மாத்திரம் சற்று காற்று வரும். இன்னுமொரு சந்தேக நபரை உள்ளே தள்ளக் கதவைத் திறக்கும்போது இராணுவத்தினர்கள் வாயிலருகே இருக்கும் நபர்களை பூட்ஸ் சப்பாத்துக்களால் உதைப்பார்கள். இவ்வாறாக எம்மை வாரக் கணக்கில் விலங்குகளைப் போல அடைத்து வைத்திருந்தார்கள்.

எனது காற்சட்டை கந்தலாகிப் போயிருந்தது. வாரக் கணக்கில் பற்களை விளக்கவோ, முகம் கழுவவோ சந்தர்ப்பம் தரப்படவில்லை. எமக்கு எமது தேகமே அறுவெறுப்புக்குரியதாக ஆகி விட்டிருந்தது. சிலர் தாங்க முடியாமல் வாந்தியெடுத்திருந்தார்கள். நாங்கள் ஒவ்வொருவரது உடலின் மீது சாய்ந்தே தூங்கிக் கொண்டிருந்தோம். இரவு மிகவும் இருண்டதாகவிருந்தது. நுளம்புகள் நிறைந்திருந்தன. பகலில் தாங்க முடியாதளவு வெக்கையாகவிருந்தது. உளவாளிகள் எவரேனும் உள்ளேயும் இருப்பார்களென்று நினைத்த நாங்கள் எவரும் ஒருவரோடொருவர் உரையாடிக் கொள்ளவில்லை. சிலர் திட்டிக் கொண்டிருந்தார்கள். பிரார்த்தித்துக் கொண்டிருந்தார்கள். அழுதுகொண்டிருந்தார்கள்.

அங்கிருந்த ஒருவனுக்குப் பைத்தியம் பிடித்திருந்தது. அவன் அடிக்கடி சத்தமாகச் சிரித்துக் கொண்டிருந்தான். எம்மிடையே இருப்பவர்கள் மத்தியில் மிகவும் அதிர்ஷ்டம் வாய்ந்தவன் அவன்தானென எனக்குத் தோன்றியது. அவனுக்கு எதுவும்

விளங்கவில்லை. எதையேனும் தனியாகப் புலம்பிக் கொண்டேயிருப்பான்.

ஒரு நாள் விட்டு ஒரு நாள், விசாரிப்பதற்கென என்னை சித்திரவதைக் கூடத்துக்குக் கொண்டு செல்வார்கள். தொங்கவிட்டுத் தாக்குவார்கள். தலையைத் தண்ணீரில் அமிழ்த்தி வைப்பார்கள். நான் எந்தத் தோழர்களையும் காட்டிக் கொடுப்பதில்லை என்பதில் உறுதியாக இருந்தேன். ஒரு நாள் என்னை விசாரிக்க வேண்டுமென்று கூறி, கூட்டிச் சென்றது சித்திரவதைக் கூடத்துக்கல்ல. நாம் சிறை வைக்கப்பட்டிருந்த கட்டடத்தின் மேல்மாடியிலிருந்த அலுவலகமொன்றுக்கு என்னைக் கொண்டு சென்றார்கள். அங்கு தோளில் மூன்று நட்சத்திரச் சின்னங்களைக் குத்தியிருந்த அதிகாரியொருவர் ஒரு மேசையினருகே அமர்ந்திருந்தார். அவர் எனக்கு அமர்ந்துகொள்ளுமாறு கூறி கதிரையொன்றைத் தந்தார். வியர்வையும், இரத்தக் கறையும், அழுக்கும் நிறைந்திருந்த எனது கைகளை தூய்மையான அம் மேசையில் வைத்தேன். இராணுவ அதிகாரி சற்று விலகிப் போனார். அதன் பிறகு எனது சரீரத்திலிருந்து கிளம்பிய துர்வாடையைத் தவிர்க்கவோ என்னவோ சிகரெட் ஒன்றைப் பற்ற வைத்துக் கொண்டார். எனக்கும் ஒன்றை நீட்டினார். நான் தலையசைத்து மறுத்தேன்.

'நீதான் எம்மிடம் உண்மையைச் சொல்வதில்லையேம' என்று அதிகாரி என்னை நோக்கி புகை விட்டவாறே கூறினார். என்னிடம் கூற எதுவுமிருக்கவில்லை. நான் தரையை நோக்கினேன்.

'இது உனக்குத் தரப்படும் கடைசி சந்தர்ப்பம். நீ பல்கலைக்கழக மாணவனொருவன் என்பதனாலேயே நாங்கள் இவ்வளவு காலமும் பொறுத்துக் கொண்டிருந்தோம். இல்லாவிட்டால் நீ எப்போதோ டயருக்குள் சாம்பலாகியிருப்பாய்.'

'நாங்கள் சாவது ஒரு முறைதான்' என்று அதிகாரியின் கண்களை நேராகப் பார்த்தவாறு நான் கூறினேன். எனது பதிலைக் கேட்ட அதிகாரிக்கு பலத்த கோபம் வந்தது. இரத்தம் நிறைந்து அவரது முகம் சிவப்பதைக் கண்டேன். என்னைக் கொண்டு சென்று கொன்று விடுமாறு அவர் ஆணையிட்டார்.

இரண்டு பட்டிகள் அணிந்திருந்த இராணுவத்தினன் ஒருவன் என்னைக் கழுத்தைப் பிடித்துத் தள்ளிக் கொண்டு சென்று சித்திரவதைக் கூடத்தின் கதவருகே வைத்து எனது பிட்டத்துக்கு பூட்ஸ் காலால் உதைத்தான். நான் சித்திரவதைக் கூடத்தின் தரையில் முகம் குப்புற விழுந்தேன்.

அக் கூடத்தின் மேல் பகுதியில் இரு இளைஞர்களை சக்கரத்தில் போட்டிருந்தார்கள். அறையின் ஒரு மூலையில் கொல்லப்பட்ட இரண்டு இளம் உடல்களை சாக்கினில் போட்டு வைத்திருந்தார்கள். அந்த சடலங்களின் வெளிறிப் போயிருந்த பாதங்களை நான் கண்டேன். அந்தப் பாதங்களில் காய்ந்து போன குருதிக் கறை படிந்திருந்தது.

'இவனை இன்றிரவு கொண்டு போய் வேட்டு வைத்துக் கொன்று அந்த உடல்களோடு எரித்து விடுங்கள்' என்று இரண்டு பட்டிகள் அணிந்திருந்த இராணுவத்தினன் அங்கிருந்த இராணுவத்தினர்களுக்கு ஆணையிட்டான்.

எனது இறுதிக் கணம் வந்து விட்டதை நான் புரிந்து கொண்டேன். மரண பயம் தோன்றியது உண்மைதான். என்றாலும் இந்த வலியும், வேதனையும் அத்தோடு முடிந்துவிடும் அல்லவா என்ற ஆசுவாச உணர்வும் தோன்றியது. ஒரு இராணுவத்தினன் கூர் மழுங்கிய சவரக்கத்தியொன்றால் எனது புருவங்களை மழித்தான். கொல்லப்படவிருக்கும் நபர்களது புருவங்களே மழிக்கப்படும்

என்பதை நான் முன்பே அறிந்திருந்தேன். நான் மரணத்தை மிகவும் சமீபித்திருக்கிறேன் என்பது எனக்குப் புரிந்தது. சடலங்கள் இரண்டோடு என்னையும் இலக்கத் தகடற்ற வாகனமொன்றில் ஏற்றிச் செல்வார்கள் என்றும் எனக்குத் தோன்றியது. அவ்வாறே அந்த நடவடிக்கை மேலும் தாமதிப்பது இன்னும் வெளியே இருள் சூழவில்லை என்பதனாலாகும் என்றும் தோன்றியது. நான் மரணத்தின் வாசலுக்கே வந்து விட்டிருந்தேன். பல்கலைக்கழகத்தில் என்னுடன் ஒன்றாகக் கற்று பின்னர் தற்கொலை செய்துகொண்ட இந்திரஜித் எனது நினைவில் வந்தான். நானும் இன்னும் சொற்ப நேரத்தில் மரித்தவர்களிடையே போய்விடுவேன். எனக்கு பெற்றோர் நினைவில் வந்தார்கள். இவ்வளவு இளம் வயதில் நான் மரணத்தை நோக்கிப் பயணிப்பது ஏன்?

திடீரென்று மூன்று நட்சத்திரப் பட்டங்களை தோளில் சூடியிருந்த அதிகாரியொருவர் சித்திரவதைக் கூடத்துக்குள் பிரவேசித்தார்.

'ஏய் இங்கே பார்... எதுவும் சொல்லாமல் சும்மா இருந்து நீ வீரனாகப் பார்க்கிறாய்... இவரைக் கண்டிருக்கிறாயா?'

நான் சிரமப்பட்டுக் கண்ணைத் திறந்து அதிகாரியின் அருகில் நின்று கொண்டிருந்த நபரைப் பார்த்தேன். அவர் எமது அன்புக்குரிய தோழர் சேன. எனக்குள் பேரானந்தத்தை உணர்ந்தேன். தோழர் சேன கொல்லப்பட்டிருக்கக் கூடுமென்றே நான் இதுவரை காலமும் எண்ணிக் கொண்டிருந்தேன். தோழர் சேனவை உயிருடன் பார்க்கக் கிடைப்பதே எவ்வளவு மகிழ்ச்சியைத் தருகிறது? எமக்கிடையே அருமையாக உரையாற்றக் கூடிய, சந்தேகங்களை தெளிவாக விளக்கக் கூடியவர் அவர். தோழர் சேனவை சினேகபூர்வமாகப் பார்த்தேன். தோழர் சேன மிக நேர்த்தியாக மீசை, தாடியை சீர்படுத்தி, தூய வெண்ணிறத்தில் ஆடையணிந்திருந்தார். என்னைக் கண்டதும் தோழர் சேன

மனப்பூர்வமாகப் புன்னகைத்தார். எனக்கு ஆச்சரியமாக இருந்தது. அவரது உடலில் காயங்களோ, தழும்புகளோ, இரத்தக் கறைகளோ எதுவுமே இருக்கவில்லை. அணிந்திருந்த மேற்சட்டையில் ஒரு பொத்தான் கூட உடைந்திருக்கவில்லை. இது எப்படி சாத்தியம்? நான் அவரை மீண்டும் உற்றுக் கவனித்தேன். தோழர் சேன என்னைப் பார்த்து அனுதாபத்தோடு புன்னகைத்தார்.

'தோழர் இனியும் பயனில்லை. அனைத்தும் முடிந்து விட்டது' என்று தோழர் சேன மெல்லிய குரலில் கூறினார். இது ஒரு மாயையா? சேகுவேரா போல வீற்றிருந்த, தாய்மண் அன்றேல் மரணம் என்று வசனங்களை முழங்கிய தோழர், போராட்டம் நிறைவடைந்து விட்டதெனக் கூறுகிறார். இது நடைபெறச் சாத்தியமான ஒன்றா?

'தோழர் நாங்கள் யதார்த்தத்தை ஏற்றுக் கொள்ள வேண்டும். தோழருக்குத் தெரிந்த அனைத்தையும் தெரிவித்து விடுங்கள்' என்று கூறியவாறே அவர் மூன்று நட்சத்திரப் பட்டங்களை அணிந்திருந்த இராணுவ அதிகாரியின் கையிலிருந்த சிகரட் பாக்கெட்டிலிருந்து ஒரு சிகரட்டை எடுத்து தனது உதடுகளிடையே வைத்துக் கொண்டார். உடனே அதிகாரி தனது புகைந்து கொண்டிருந்த சிகரெட்டை தோழர் சேனவின் சிகரட்டைப் பற்ற வைக்கக் கொடுத்தார். தோழர் சேன தனது சிகரட்டைப் பற்ற வைத்துக் கொண்டார்.

சிகரெட் மேற்குலகின் கண்ணி என்று கூறிய , பெரும் மலையைப் போல பலம் படைத்தவர் என்று நாங்கள் கருதியிருந்த தோழர் சேன எதிரிகளுடன் இணைந்து கொண்டது எப்போது? என்னால் அதை ஏற்றுக் கொள்ளவே முடியவில்லை.

'இவனை இழுத்து வாருங்கள்' என்று அதிகாரியிட்ட கட்டளைக்கிணங்க இராணுவத்தினன் ஒருவன் எனது கழுத்தில் பிடித்துத் தள்ளியவாறு அதிகாரியின் அலுவலகத்துக்குக் கொண்டு

சென்றான். என்னைச் சங்கிலியால் அதிகாரியின் மேசையோடு பிணைத்து விட்டு பூட்டும் இட்டான். இப்போது நான் ஒரு நாய்க் குட்டி போல மேசையோடு கட்டப்பட்டிருந்தேன். சேனவும், அதிகாரியும் அந்த வட்ட மேசையின் இரு புறமுமிருந்த கதிரைகளில் அமர்ந்திருந்தார்கள்.

'எமக்கு இரண்டு பீர்களைக் கொண்டு வா. கொறிப்பதற்கும் ஏதாவது' என்று அதிகாரி கட்டளையிட்டார். மற்றுமொரு சிகரட்டைப் பற்ற வைத்துக் கொண்ட அதிகாரி, தோழர் சேனவுடன் உரையாடத் தொடங்கினார்.

'நாங்கள் இரண்டு தடவைகள் மினுவாங்கொட பிரதேசத்துக்குப் போனோம். இன்னும் ஜயஸ்ரீயைக் கைது செய்ய முடியவில்லை. வேறு எங்கிருக்கக் கூடும்?'

'ஜயஸ்ரீக்கு வில்லியம் என்ற பெயரும் இருக்கிறது. ஜயஸ்ரீயின் மாமா ஒருவர் பொலன்னறுவை நகரத்தில் ஒரு பேக்கரி வைத்திருக்கிறார். அங்கே தேடினால் ஜயஸ்ரீயைக் கண்டுபிடிக்க முடியும்' என்று தோழர் சேன மெல்லிய தொனியில் கூறினார்.

எனது காதுகளையே என்னால் நம்ப முடியவில்லை. ஜயஸ்ரீ எமது தோழர்களில் ஒருவர். அவர் பொலன்னறுவையில் ஒளித்திருக்கும் விடயத்தை நானும் அறிந்திருந்தேன். கடந்த வாரம் மூச்சுத் திணறும்வரைக்கும் எனது தலையை அழுக்கு நீர் வாளியில் முக்கி வைத்திருந்த போதும் கூட நான் தோழர் ஜயஸ்ரீ குறித்து ஒரு சொல்லைக் கூட வெளியிடவில்லை. என்னை விடவும் சிரேஷ்ட நிலையிலிருந்த தோழர் சேன, ஜயஸ்ரீ இருக்கும் இடத்தை எதையும் பொருட்படுத்தாமல் தெரிவித்திருக்கிறார்.

அதன் பிறகு இரண்டு கண்ணாடிக் குவளைகளோடும், வாயில் எச்சிலை ஊற வைக்கக் கூடியளவு வாசனை வீசும் பொறித்த இறைச்சித்

துண்டுகள் நிறைந்த பீங்கானோடும் பீர் போத்தல்களிரண்டை இராணுவத்தினன் ஒருவன் கொண்டு வந்தான். அதிகாரி, சேனவின் குவளையை பீரால் நிரப்பினார்.

'சியர்ஸ்' என்று மூன்று நட்சத்திரப் பட்டங்களை அணிந்திருந்த அதிகாரி என்னைப் பார்த்தவாறே கூறினார். சேனவின் குவளையிலிருந்த பீர் தீரத் தீர அதிகாரி அதனை நிரப்பிக் கொடுத்துக் கொண்டேயிருந்தார். தோழர் சேன எவ்விதக் குற்றவுணவுமற்று இறைச்சியை மென்றவாறு பீரைக் குடித்துக் கொண்டிருந்த அந்தத் தருணத்தில் நான் ஒரு நாயைப் போல அவர்களது மேசையோடு பிணைத்துக் கட்டப்பட்டிருந்தேன். பல வாரங்களாக எமக்கு உணவாகத் தரப்பட்டிருந்தது பழைய பாணும், தக்காளி ரசமும் மாத்திரமே. சில நாட்களில் இரவுகளில் அதுவும் கூட வழங்கப்படவில்லை. எனது நாசிக்கு பொறித்த இறைச்சியின் வாடை எட்டியது.

எம்மை தீவிரவாத அரசியலுக்குக் கூட்டிக் கொண்டு வந்த முன்னணி நாயகனொருவன், எமது வழிகாட்டியாக இருந்தவன் இன்று இராணுவ அதிகாரியோடு அமர்ந்து பீர் அருந்திக் கொண்டிருக்கிறான். நாங்கள் தோழர் சேனவை நம்பித்தானே இந்தப் போராட்டத்தில் இணைந்தோம்? தோழர் சேனவின் அறிவுறுத்தல்களுக்கு இணங்கித்தானே நாங்கள் எமது எதிர்காலம், கல்வி, வாழ்க்கை அனைத்தையும் ஈடு வைத்து போராட்டத்தில் இணைந்து செயலாற்றி னோம். இப்போது தோழர் சேன எம்மை வஞ்சித்துக் கொண்டிருக்கிறார். எனக்கு தோழர் சேனவின் மீது வெறுப்பு தோன்றியது.

'இவன் மிகவும் அழுத்தமானவன் அல்லவா?' என்று அதிகாரி என்னைக் காட்டி தோழர் சேனவிடம் கேட்டார். அவர் என்னைப் பார்த்து ஆமோதித்துத் தலையசைத்தார்.

'நாங்கள் ஒரு நாள் இவனைத் தேடிப் போனபோது இவன்

தேவாலயமொன்றுக்குள் ஒளிந்திருந்து தப்பித்து விட்டான். அன்றே இவன் எனக்குக் கிடைத்திருந்தானானால் அன்றே இவனை ஒரு வழி பண்ணியிருப்பேன்' என்று மிரட்டியவாறே அதிகாரி இறைச்சியைச் சுவைத்தார். எனது சதையை அவர் கடித்து மென்று கொண்டிருப்பதாகவே அப்போது எனக்குத் தோன்றியது. எனக்குள் தோழர் சேன மீது பயங்கரமாகக் கோபம் எழுந்தது. அப்போது எனக்கு அந்தச் சங்கிலியை உடைத்தெறிந்து எழுந்து கொள்ள முடியுமாக இருந்திருந்தால் நான் தோழர் சேனவின் கழுத்தை நெரித்திருப்பேன்.

'இவனைக் கொண்டு போய்க் கழுவு' என்று அதிகாரி இராணுவத்தினன் ஒருவனுக்குக் கட்டளையிட்டார். அவன் என்னை நெருங்கும்போது தோழர் சேன, பொறித்த இறைச்சித் துண்டொன்றை எனது கையருகே நீட்டினார். நான் அவரது கையைத் தட்டி விட்ட வேகத்தில் இறைச்சித் துண்டு தூரத்துக்கு எறியப்பட்டுப் போய் விழுந்தது. உடனே இராணுவத்தினன் பூட்ஸ் சப்பாத்தால் எனது விலா எலும்பில் குத்தினான். எனக்கு வலியை விடவும் மிகைத்துத் தோன்றியது கோபம். நானும் அவனைப் போல ஒரு பிச்சைக்காரனென தோழர் சேன நினைத்திருக்கக் கூடும். அந்த நேரத்தில் சேனவின் கைகளைத் தட்டி விட முடிந்தது கூட எனக்கு பெரிய விடயமாக இருந்தது.

இராணுவத்தினன் எனது கழுத்தைப் பிடித்துத் தள்ளிக் கொண்டு போய் கீழ்த் தளத்திலிருந்த நீர்த் தாங்கியினுள் அமிழ்த்தினான். பல வாரங்களுக்குப் பின்னர் தேகத்தில் தண்ணீர் படுகிறதென்பதால் சுகமாக உணர்ந்தேன். நன்றாக முகத்தைக் கழுவிக் கொண்டேன். வியர்வை வாடை அகலட்டுமென அக்குள்களை நன்றாகக் கழுவிக் கொண்டேன். கந்தலாகிப் போயிருந்த காற்சட்டையைக் கீழே தாழ்த்தி தொடையிடுக்குகளையும் கழுவிக் கொண்டேன்.

அதன் பிறகு வேறொரு அறைக்கு நான் கூட்டிச் செல்லப்பட்டேன். அங்கு எனக்கு பழைய சாரமொன்றும், பழைய மேற்சட்டையொன்றும் தரப்பட்டது. அந்த அறைக்குள்ளும் கால்களில் விலங்கிட்டு உள்ளேயே அடைத்து வைக்கப்பட்டிருந்தேன். எவரும் என்னைத் தாக்கவில்லை.

இரவானதும், தகட்டுப் பீங்கானொன்றில் சுடச்சுட சோறும், உருளைக் கிழங்குக் குழம்பும், டின் மீன் துண்டொன்றும் எனக்கு உணவாகத் தரப்பட்டது. நீண்ட காலத்துக்குப் பிறகு எனக்கு நல்லதொரு உணவு கிடைத்ததனால் நான் அறையின் சுவரில் சாய்ந்திருந்து, சாப்பிடவென பீங்கானைக் கையிலெடுத்தேன். எனக்கு இரண்டு, மூன்று வாய் சோறு கூட சாப்பிடக் கிடைக்கவில்லை. தோழர் சேன அறை வாசலருகே வந்து நின்றார்.

'தோழர் என்னோடு கோபமா? தோழர் என்னைப் புரிந்து கொள்ள வேண்டும்' என்ற தோழர் சேனவுக்கு அந்த இரண்டு மூன்று வார்த்தைகளுக்கும் அதிகமாகக் கதைக்க நான் இடம்கொடுக்கவில்லை. சோற்றுப் பீங்கானை அவரது முகத்தை நோக்கி வீசியெறிந்தேன். தோழர் சேன சோற்றினாலும், குழம்பினாலும் குளித்திருந்தார். என்னைக் காவல் காத்துக் கொண்டிருந்த இராணுவத்தினன் எனது அடிவயிற்றில் உதைத்தான். நான் அடிவயிற்றைப் பிடித்துக் கொண்டு முகங்குப்புற நிலத்தில் கிடந்தேன். கால்களில் விலங்கிடப்பட்டிருந்ததனால் வலி பல மடங்கு அதிகமாக இருந்தது.

'முட்டாளே... நீ சாவிலிருந்து தப்பித்தது என்னுடைய வார்த்தையால்தான்' என்று எனக்கு புறமுதுகு காட்டிச் செல்லும்போது தோழர் சேன சொல்லிக் கொண்டு போனார். அவர் இன்னும் ஏதேதோ சொன்னார் எனினும் அதிக வேதனையின் காரணமாக என்னால் அவற்றைப் புரிந்து கொள்ள இயலவில்லை. உதையின் காரணமாக நான் அவ்விடத்திலேயே சிறுநீரும் கழித்து விட்டிருந்தேன்.

அதன் பிறகு என்னை வதைக் கூடத்துக்குக் கொண்டு செல்லவில்லை. எனக்கு உணவும், துப்புரவான ஆடைகளும் வழங்கப்பட்டன. இருந்தாலும் வாரத்துக்கொரு தடவை விசாரணைக்காகக் கொண்டு செல்லப்பட்டேன். என் மீது தாக்குதல்கள் நிகழ்த்தப்படவில்லை. உயரதிகாரியொருவர் என்னை விசாரித்தார். அவர் ஒரு கர்னல் பதவியிலிருப்பவராக இருக்கக் கூடும். தோள்களில் நட்சத்திரங்களுக்கு மேலதிகமாக அரச இலச்சினையொன்றும் இருந்தது. விசாரணையின் இடையே எனக்கு ஒரேஞ்ச் பார்லி சோடாவும் குடிக்கத் தரப்பட்டது. தோழர் சேனவின் மீது தோன்றிய வெறுப்பின் காரணமாக அரசியலே எனக்கு வேண்டாம் என்று அப்போது தோன்றியிருந்தது. என்னிடம் காப்பதற்கு இனியும் ரகசியங்கள் எதுவுமில்லை. நான் ஒரேஞ்ச் பார்லியைப் பருகியவாறே அனைத்து ரகசியங்களையும் வாந்தியெடுத்திருந்தேன்.

நாரஹேன்பிட சிகேரா, களனி அஸித, தெஹிவளை உபுல், கடுனேரிய சிறில் ஆகிய அனைவரும் மறைந்திருக்கும் இடங்களை நான் கூறினேன். நான் கூறிய இடங்களுக்கு இராணுவம் போனது. உறுப்பினர்களை இழுத்து வந்து சித்திரவதைக் கூடத்தில் தள்ளியது. எனக்கு தோழர் சேனவை பல தடவைகள் அங்கே காண நேர்ந்தது. ஒரே படகில் நாங்கள் இருவரும் இப்போது. எனினும் இருவரும் ஒருவரோடொருவர் கதைத்துக் கொள்வதில்லை. நான் போகும், வரும் போதெல்லாம் தோழர் சேன என்னைக் கவனிக்காததுபோல, பணி நேரம் முடிந்து ஓய்விலிருக்கும் இராணுவத்தினரோடு சதுரங்கமோ, கேரமோ விளையாடிக் கொண்டிருப்பதைக் காண்பேன். அந்த அறைக்குள் எனக்கு இரவில் விலங்கிடப்பட்டதெனினும், பகல் வேளைகளில் சுதந்திரமாக விட்டிருந்தார்கள். இரண்டு, மூன்று வாரங்கள் கழித்து இரவிலும் கூட எனக்கு விலங்கிடப்படவில்லை.

ஒரு நாள், என்னை இறுதியாக விசாரித்த கர்னல் வந்து என்டம் நான் இன்று விடுதலை செய்யப்படவிருப்பதாகத் தெரிவித்தார். என்னால் அதனை நம்ப முடியாமலிருந்தது. என்னைக் கொண்டு செல்லப் போவது படுகொலை செய்யத்தான் என்று எனக்குத் தோன்றியது. இராணுவத்தினன் ஒருவன் எனது கண்களைக் கட்டி இராணுவ வாகனமொன்றின் உள்ளே தள்ளினான். இன்னும் சில இராணுவத்தினர் வாகனத்துக்குள் ஏறிக் கொண்டார்கள். கதவுகள் மூடப்படும் சத்தம், வாகனம் உயிர்ப்பிக்கப்படும் சத்தம் போன்ற அனைத்தையும் செவிமடுத்தேன். வாகனம் பெருந்தெருவில் எங்கெங்கோ அலைந்து கொண்டிருந்தது. கண்கள் கட்டப்பட்டிருந்ததனால் எனக்கு எதுவுமே தென்படவில்லை.

'இதோ இங்கே ஓரமாக நிறுத்து' என்ற வாகன சாரதியின் அருகே அமர்ந்திருந்த அதிகாரியின் குரல் எனக்குக் கேட்டது. வாகனம் வேகம் குறைந்து நின்றது. 'இவனை இறக்கி விடு' என்ற அந்தக் குரல் எனக்கு மீண்டும் கேட்டது. இராணுவத்தினன் ஒருவன் எனது கையைப் பிடித்து வெளியே இழுத்தான். கண்கள் கட்டப்பட்டிருந்ததால் எனக்கு எதுவுமே தெரியவில்லை.

இப்பொழுது துப்பாக்கியொன்று எனது தலையருகே வைக்கப்பட்டு அதன் விசை இழுக்கப்படக் கூடும் என்று எனக்குத் தோன்றியது. எனது தலை சிதறி இரத்தம் பரவிச் செல்லும் விதத்தை கற்பனையில் கண்டேன். இன்னும் துப்பாக்கி வேட்டுச் சத்தம் எனக்குக் கேட்கவில்லை. நான் கற்சிலை போல அமைதியாக நின்றிருந்தேன். வாகனத்தின் கதவுகள் மூடப்படும் சத்தம், வாகனம் உயிர்ப்பிக்கப்படும் சத்தம் எனக்குக் கேட்டது. இன்னும் கூட வேட்டுச் சத்தம் ஏதுமில்லை.

வாகனம் சென்று விட்டிருந்தது. நான் தொடர்ந்தும் கற்சிலை போல அந்த இடத்திலேயே நின்று கொண்டிருந்தேன். அதிர்ச்சியில் நான் ஆழ்ந்திருந்தேன். எனக்குள் அச்சம் தோன்றியது. நடுத் தெருவில் நான்

நின்று கொண்டிருந்தேன். இப்பொழுது ஒரு லாரி வந்து எனது உடலை மோதிச் செல்லக் கூடும் என்று எனக்குத் தோன்றியது. நான் குனிந்து தரையைத் தடவிப் பார்த்தேன். எனது கரங்களுக்கு தார் வீதி தட்டுப்பட்டது. நான், எனது இடப்புறமாகத் திரும்பி நிலத்தைத் தடவித் தடவி முன்னோக்கி நகர்ந்தேன். எனக்கு நடைபாதை தட்டுப்பட்டது. நான் உடனடியாக நடைபாதையில் ஏறி நின்றவாறு இரு கண்களையும் கட்டியிருந்த துணியை அகற்றினேன்.

அது விடிகாலை நேரம். தெருவில் யாருமே தென்படவில்லை. நான் ஒரு கட்டடத்தைக் கண்டேன். நான் அந்தக் கட்டடத்தின் அருகே சென்றேன். அது ஒரு பத்திரிகை அலுவலகம். நான் அலுவலகத்தின் உள்ளே சென்றேன். காவல்காரர் என்னை அழைத்தார். நான் காவல்காரரைப் புறக்கணித்துவிட்டு அலுவலகத்தின் உள்ளே சென்றேன். '

நோயாளி திடீரென்று கண் விழித்தார்.

'அதன் பிறகு என்ன நடந்தது?' என்று மனநல மருத்துவர் கேட்டார். நோயாளி பெருமூச்சு விட்டார். இரு விழிகளையும் மூடிக் கொண்டவர் தொடர்ந்தும் கதைக்கத் தொடங்கினார்.

'அந்த அலுவலகத்தில் என்னை அறிந்திருந்த பலரும் இருந்தார்கள். அவர்கள் எனக்கு உண்ணவும், பருகவும் தந்து என்னை எனது உறவினர் ஒருவரது வீட்டில் கொண்டு போய்விட்டார்கள். மாதக் கணக்கில் நான் அங்கிருந்தேன். வெளியே எங்கும் செல்லவில்லை. எனக்கு வாழ்க்கையின் மீதே வெறுப்பு தோன்றியது. தற்கொலை செய்து கொள்ள வேண்டுமென்ற உணர்வு தீவிரமாகத் தோன்றியது. அவ்வாறிருக்கும்போதுதான் பௌத்த மதத்தின் பக்கம் வெகுவாக ஈர்க்கப்பட்டேன். நான் மார்க்ஸ்வாதத்தைக் கை விட்டு விட்டு, பௌத்த தர்மங்களைப் படிக்கத் தொடங்கினேன்.

நாங்கள் வகுப்புவாதத்தின் மூலம் ஆட்சியைக் கைப்பற்ற முயற்சித்தோம். அது தோல்வியைத் தழுவியது. ஆகவே ஆட்சியைக் கைப்பற்ற பௌத்த மதத்தை ஏணியாக்கிக் கொள்ள எனக்குத் தோன்றியது. எமது முந்தைய அரசகுமாரர்களும் அதைத்தானே செய்தார்கள்?! எனவே எனக்கு அதில் தவறேதும் தெரியவில்லை. சிவப்புப் பாதையை விடவும், பௌத்த பாதையானது, ஆட்சியமைக்க ஒரு குறுக்குவழியாக எனக்குத் தோன்றியது. சிறைப்பிடிக்கப்பட்ட பின்னர் நான் அனுபவித்த வேதனைகள், காட்டிக் கொடுப்புகள், எனது வாக்குமூலங்கள் போன்றவற்றின் காரணமாக எனக்குள்ளே ஒரு சுய பச்சாதாபம் தோன்றியது. அந்த பச்சாதாபம் படிப்படியாக குரோதமாக மாறியது.

அந்தக் குரோதத்தை, எமது தேசத்தின் ஏனைய இனங்களின் மீது பிரயோகிக்கத் தொடங்கினேன். சரியாகக் கூறுவதானால், ஜேர்மனியர்களால் துயரங்களை அனுபவித்த யூதர்கள், தமது கோபத்தை பாலஸ்தீனர்கள் மீது காட்டுவதை ஒத்தது அது. புதிய பௌத்த அடையாளத்தோடு நான் ஏனைய இனத்தவர்களின் மீது, அந்நிய மதத் தலைவர்களின் மீது, பிற மத ஸ்தலங்களின் மீது தாக்குதல்களை மேற்கொள்ளத் தொடங்கினேன். தேவஸ்தானத்தின் பின்னால் மறைந்திருந்து எனது உயிரைக் காப்பாற்றிக் கொண்ட இறந்த காலத்தை நான் வெறுத்தேன். அந்த வெறுப்பின் காரணமாகத்தான் நான் இன்று தேவாலயங்களை வெறுக்கிறேன் என்று நினைக்கிறேன்.

எனது அடிப்படை நோக்கத்தைப் புரிந்து கொண்ட, எனது நிஜ சொரூபத்தை உணர்ந்து கொண்ட நபர்கள் காரணமாக எனக்குள் பயத்தையும், அறுவெறுப்பையும் ஒன்றாக உணர்ந்தேன். இயலுமான சந்தர்ப்பங்களிலெல்லாம் நான் அவர்களை முத்திரை குத்தத் தொடங்கினேன். என்.ஜீ.ஓ காரர்கள், சமாதான வியாபாரிகள், தேவாலயத்தின் ஒற்றர்கள், ஸீ.ஐ.ஏ காரர்கள் போன்ற முத்திரைகள்.

அதன் மூலமாக எனது நிர்வாணத்தை மூடிக் கொள்வதே எனது தேவையாக இருந்தது.

அந்த மன உளைச்சல் தீவிரமாகும் போதெல்லாம் நான் எனது மனைவியைத் தாக்கினேன். இடுப்புப் பட்டியைக் கொண்டு குழந்தையை அடித்தேன். ஆனால் தார்மீக, சாந்தமான ஒரு முகத்தை நான் உலகத்துக் காண்பித்தேன். என்றாலும், எனது குழந்தை என்னைக் காண நேரும்போதெல்லாம் பயத்தில் ஓடிப் போய் எங்கோ ஒளிந்து கொள்கிறது. ஆகவே எனது அக ஆத்மா இப்போது செத்து விட்டிருக்கிறது.

டாக்டர், நான் பாழடைந்த பாலைவனமொன்றில் வழி தவறிப் போயிருக்கும் ஒருவனென சிலவேளைகளில் எனக்குத் தோன்றுகிறது. நான் எனக்குள்ளே வெறுமையாக உணர்கிறேன். நான் குரோத மனப்பான்மையில் மூழ்கியிருக்கிறேன். அன்று மக்கள் அரசியல் தூதுவராக இருந்த நான் இன்று பிற்போக்குவாதியாகவும், இனவாதியாகவும் மாறியிருக்கிறேன். எனக்கு எனது யதார்த்த நிலை சிக்கலாகவிருக்கிறது. எனக்கு எனது இருப்பே சிக்கலாகவிருக்கிறது.'

நோயாளி ஒரு நீண்ட பெருமூச்சை விட்டார். தொடர்ந்து கற்சிலை போன்று அமைதியாக சிந்தனையில் ஆழ்ந்திருந்தார். மன நல மருத்துவர் நோயாளியை கண்கொட்டாமல் பார்த்துக் கொண்டிருந்தார். எனினும் நோயாளி நிச்சலனமாகவே இருந்தார்.

நாதனின் நேசமிகு விழிகள்

வெண்பனித் திரள்கள் பொழிந்து கொண்டிருப்பதை நான் ஜன்னலில் முகத்தை அழுத்திப் பார்த்துக் கொண்டிருக்கிறேன். எனது ஒரு பாதி ஜீவித காலம் முழுவதும் தகர்ந்து போயிருக்கிறது. அது ஏனென ஒரு குறிப்பிட்ட காரணத்தைக் கூற முடியாவிட்டாலும் கூட சொத்துக்கள் சூறையாடப்பட்ட, கையறுநிலைக்கு ஆளான ஒருவரைப் போல எனது உள்ளமானது சலிப்பினாலும், மன அழுத்தத்தினாலும் நிறைந்திருக்கிறது. நான் மகிழ்ச்சியோடு இருந்த காலங்கள் கூட எனது நினைவிலில்லை.

எனது பாடசாலை நாட்களைத்தான் நான் மகிழ்ச்சியோடு இருந்த காலமென்று கூற முடியும். யாழ்ப்பாணத்தின் உஷ்ணமான சூரியக் கதிர்களை அரவணைத்தவாறும், புழுதியைக் கிளப்பியவாறும் பாடசாலை முடிந்து நான் வீட்டுக்குத் திரும்பும் விதம் எனது நினைவிலெழுகிறது. ஒரு நாள் சாந்தினி, லக்ஷ்மி, ராதா, மனோகரி ஆகியோரோடு நானும் உரத்த குரலில் சிரித்துக் கதைத்தவாறு வந்து கொண்டிருந்தோம். வரிசையாக வேப்ப மரங்கள் செழித்து வளர்ந்திருந்த பாதையருகே வைத்து தரையைப் பார்த்தவாறு நாதன் எம்மைக் கடந்து சென்றான்.

'தரையில மாணிக்கம் கிடக்குதெண்டா நிலத்தைப் பார்த்துக் கொண்டே போறியள்?' என்று எமது குழுவிலிருந்த வாயாடியான ராதா கேட்டாள்.

சிப்பிகளிருந்த பொதியொன்று நிலத்தில் விழுந்து ஓசையெழுப்புவதைப் போல மாணவிகள் கூட்டம் சத்தமாகச் சிரித்தது. நாதன் எதுவும் கூறாமல், நடையை வேகப்படுத்தினான். நான்

மென்மையாகப் புன்னகைத்தேன். நாதனின் உயர்ந்த தேகம், கருமையான தலைமயிர், இரு தோள்களையும் ஒரு தாளத்துக்கேற்ப அசைத்துச் செல்லும் விதம் ஆகியவற்றை நான் கண்ணிமைக்காமல் பார்த்துக் கொண்டிருந்தேன். அவனது அப்பாவி விழிகளும், மெல்லிய புன்னகையும் எனக்கு இப்போதும் நினைவில் தோன்றுகின்றன.

லக்ஷ்மி எம்மைத் தாண்டிச் செல்லும் நாதனைப் பார்த்து 'அம்பட்டன்' என்று சற்று உரத்த குரலில் கத்தினாள். எமது குழுவிலிருந்த பணக்காரியும், உயர்குலத்தைச் சேர்ந்தவளும், மோசமான பெண்ணாகவுமிருந்தவள் லக்ஷ்மி. அதைக் கேட்ட நாதன் லேசாகத் திரும்பிப் பார்த்துவிட்டு, சற்று வேகமாக நடைபோட்டான். நான் கோபமாக லக்ஷ்மியை முறைத்தேன். அதன் பிறகு வீட்டுக்குச் செல்லும்வரைக்கும் நாங்கள் எதுவுமே பேசிக் கொள்ளாமல் அமைதியாகவே நடந்தோம். லக்ஷ்மியின் குரூரமான அந்தச் சொல் எமது சந்தோஷத்தைக் குலைத்திருந்தது.

மறு நாள் பாடசாலைக்கு வந்த நாதன் எமது மாணவியர் குழுவிலிருந்து சற்றுத் தள்ளிச் சென்று அமர்ந்து கொண்டான். நாதன் படிப்பில் கெட்டிக்காரன் என்றபோதும், பிறப்பிலிருந்தே சாதியைத் தலையில் சுமந்தலையும் லக்ஷ்மி மீதுதான் ஆசிரியர்கள் தமது கவனத்தை அதிகமாகச் செலுத்தி வந்தார்கள்.

நான், நாதன் மீது பார்வையைச் செலுத்தினேன். பாடசாலையில் வைத்து நான் நாதனை நோக்கும் ஒவ்வொரு கணத்திலும் நாதனும் தற்செயலாக என்னை ஒரு கணம் பார்த்து விட்டு தரையை நோக்குவான். அப்போது உலகமே ஒரு கணம் நின்றுபோய், நாமிருவருமே ஊமையாகி விட்டதைப் போல எனக்குத் தோன்றும்.

என்னை யாழ்ப்பாணத்திலிருந்து கூட்டிக் கொண்டு சென்று, கொழும்பு மகளிர் கல்லூரியிலோ, பிஷோப் கல்லூரியிலோ சேர்த்து

விடுவதே அப்பாவின் தேவையாகவிருந்தது. என்றாலும் அம்மா சிங்களவர்களுக்கு மத்தியில் வாழ்வதை விரும்பவில்லை. 'சிங்களவர்கள் மிருகங்கள்' என்பதே அப்போது அவள் அடிக்கடி கூறிய வாக்கியமாக இருந்தது. எனினும் அப்பாவின் வியாபாரம் கொழும்பில்தான் இருந்தது. அம்மா 'சிங்களவர்கள் மிருகங்கள்' என்று கூறும்போதெல்லாம், அதை ஒரு புன்னகையால் உதாசீனப்படுத்த அப்பா பழகியிருந்தார். சிங்களவர்களான பீரிஸ் அங்கிள், அல்விஸ் அங்கிள் போன்றவர்கள் அப்பாவுக்கு சகோதரர்கள் போன்றவர்கள். அவர்கள் மிருகங்களா என்ன? பிணந்தின்னிக் கழுகுகள் போல அப்பாவின் இரத்த சொந்தங்கள் அவரது செல்வத்தைப் பங்கிட்டுக் கொண்டு அவரை வெளியேற்றிய போது, அப்பாவுக்குக் கை கொடுத்து உதவியவர்கள் பீரிஸ் அங்கிளும், அல்விஸ் அங்கிளும் மாத்திரமே.

என்றபோதும், அம்மா அடிக்கடி சொல்லிக் கொண்டிருந்த அந்த வாக்கியம் 1983 ஆம் ஆண்டில் உண்மையானது. அப்பாவின் வியாபாரத்தைத் தரைமட்டமாக்கி, அவரது வியாபார நிலையத்தையும், வாகனங்களையும் எரித்த ஆயுதமேந்திய மிருகங்கள் அவரையும் கொலை செய்யத் துரத்திக் கொண்டு வந்தன. நெற்றியில் அரிவாள் வெட்டோடு அவர் கீழே விழுந்ததும், அந்த மிருகங்கள் அவரது தேகத்தின் மீது மண்ணெண்ணையை ஊற்றின.

கணப்பொழுதில் சாம்பலாகி உயிர் போகவிருந்த அப்பாவை அந்த இக்கட்டிலிருந்தும் காப்பாற்றியது, அவரது வியாபார நிலையமிருந்த தெருவில் வசித்த, யாருடனுமே எந்தத் தொடர்பும் வைத்துக் கொள்ளாமலிருந்த ஒரு சண்டியன். அவன் வாளொன்றை ஏந்தியவாறு வந்து காடையர் குழுவின் மத்தியில் பாய்ந்து அவர்களைத் துரத்தியடித்து விட்டு அப்பாவை அவர்களிடமிருந்து மீட்டு ஒரு தகரக் கொட்டிலுக்குக் கூட்டிச் சென்றிருக்கிறான். பிறகு அல்விஸ் அங்கிள் அவரது மருமகன் ஒருவரான கேப்டன் சிக்ரோவின் இராணுவ ஜீப்பில்

வந்து அப்பாவைப் பத்திரமாகக் கூட்டிக் கொண்டு போய் கதிரேசன் கோயிலிலிருந்த அகதி முகாமில் ஒப்படைத்திருக்கிறார். பிறகு தினந்தோறும் உணவு, பானங்களை எடுத்துக் கொண்டு அல்விஸ் அங்கிளும், பீரிஸ் அங்கிளும் தன்னைப் பார்க்க வந்து போனதாக அப்பா பின்னாட்களில் சொல்லியிருக்கிறார்.

அந்தத் தினங்களை நாங்கள் அழுதவாறே கடந்திருந்தோம். அப்பா, சில வாரங்களின் பின்னர் யாழ்ப்பாணத்துக்கு வந்தார். அவர் மெலிந்து, மிகவும் பதற்றமுற்றவரைப் போலக் காணப்பட்டார். எப்போதும் சிரித்தவாறு, நகைச்சுவையாகப் பேசிக் கொண்டிருந்த அப்பாவை அதன் பிறகு நான் ஒரு நடைப்பிணமாகத்தான் காண நேர்ந்தது.

பத்து வருடங்களுக்குள் நடைபெற வேண்டியதெல்லாம் அதன் பிறகு சில மாதங்களுக்குள் நடந்தேறின. அம்மாவின் வற்புறுத்தலுக்கிணங்க எமது மொத்தக் குடும்பமுமே அகதிகளாக புகலிடம் கோரி இங்கிலாந்துக்குச் சென்றது. நாதனும், எமது வகுப்பிலிருந்த மேலும் ஐந்து மாணவர்களும் விடுதலைப் புலிகள் இயக்கத்தில் இணைந்து பயிற்சிக்காக இந்தியா சென்றிருப்பதாக பின் வந்த நாட்களில் நான் கேள்விப்பட்டேன்.

யாழ்ப்பாணத்தில் உயர் மத்திய வகுப்பினராக இருந்த நாங்கள், இங்கிலாந்தில் தொழிலாளர் வகுப்புக்கு தரம் தாழ்த்தப்பட்டோம். அப்பா எந்தத் தொழிலுக்கும் செல்லாமல் நடமாடும் நடைப்பிணம் போல ஆகி வாழ்நாள் முழுவதையும் படுக்கையிலே கழித்தார். யாழ்ப்பாணத்தில் கோயிலுக்குச் செல்லவல்லாது, வீட்டை விட்டு வெளியே ஒரு அடி கூட எடுத்து வைக்காத, பகல் முழுவதும் விலைமதிப்பான இந்தியப் பட்டுச் சேலைகளை அணிந்து ஒரு சிறந்த குடும்பத் தலைவியாக வாழ்ந்த அம்மா, குடும்ப பாரத்தைத் தோளில் சுமந்தவாறு ஒரு கூலித் தொழிலாளியாக தலையில் துணியைச் சுற்றிக் கொண்டு பெக்ஸிலிருந்த பிளாஸ்டிக் தொழிற்சாலையொன்றுக்கு

வேலைக்குப் போனாள். நான் கிங்க்ஸ்ஃபோர்ட் சமூக நலப் பாடசாலையில் சேர்ந்து கல்வி கற்றேன். கணக்கியலைக் கற்று வெகு விரைவில் வேலையொன்றைத் தேடிக் கொண்டு குடும்ப பாரத்தை சற்றேனும் ஏற்றுக் கொள்ள வேண்டும் என்பதே எனது தேவையாகவிருந்தது.

இவ்வாறாக சில வருடங்கள் சிரமத்தோடு கழிந்தன. அந்தக் காலகட்டத்தில், யூத இனத்தைச் சேர்ந்த செல்வந்த வியாபாரியொருவரின் அலுவலகமொன்றில் தொழிலொன்றைப் பெற்றுக் கொள்ள முடிந்தது எனது பாக்கியம். அதன் பிறகு அம்மா வார இறுதி நாட்களில் மாத்திரமே வேலைக்குப் போய் வந்தாள். வார இறுதி நாட்களில் சில தினங்கள் நான், வயதாகி சோர்ந்து போயிருந்த அப்பாவோடு வீட்டுக்கருகிலிருந்த பூங்காவுக்குச் செல்வதை வழக்கமாகக் கொண்டிருந்தேன். அவ்வாறு நடந்து செல்லும் நாட்களில் எனக்கு அடிக்கடி நாதன் நினைவில் எழுவான்.

இந்த நாட்டில் ஆங்கிலேயர்கள், ஜேர்மனியர்கள், இத்தாலியர்கள், டெனிஷ் இனத்தவர்கள், யூதர்கள், அறபிகள், ஆபிரிக்கர்கள் போன்ற பலதரப்பட்ட இனத்தவர்கள் வசிக்கிறார்கள். இவர்கள் அனைவரும் ஒன்றாக இணைந்து உணவருந்துகிறார்கள், குடிக்கிறார்கள், ஒன்றாக வேலை பார்க்கிறார்கள். சில்லறைப் பிரச்சினைகள் தோன்றியபோதும் எவருமே தமிழர்களையும், சிங்களவர்களையும் போல இரு பிரிவுகளாகி ஒருவரையொருவர் எதிரிகளாகக் கருதி அடித்துக் கொள்ள மாட்டார்கள்.

இலங்கையில், வடக்கில் நாம் பனையோலைகளாலும், தென்னோலைகளாலும் அமைத்த வேலிகளைக் கொண்டு சிங்களவர்களின் காற்றுக் கூட வராத தொலைவில்தான் வாழ்ந்து வந்திருக்கிறோம். கொழும்பில் வசிக்கும் இந்த இனங்களிரண்டையும்

தடை செய்யப்பட்ட கதைகள் 50

சேர்ந்தவர்கள் கூட ஒருவரையொருவர் அறிமுகமற்றவர்களாகவே வாழ்ந்து வருகிறார்கள். ஏன் அது? எனது அலுவலகத்தில் பணி புரிபவர்கள் பத்து இனங்களைச் சேர்ந்தவர்கள். நாங்கள் இன ரீதியாகவோ, கலாசார ரீதியாகவோ, தோல் நிறத்தின் காரணமாகவோ ஒருவருக்கொருவர் வேறாக இருந்தபோதிலும் ஒன்றாக இணைந்து ஒற்றுமையாக வேலை செய்கிறோம். எனினும் இலங்கையில் இவ்வாறான புரிதல் ஏனில்லை என்ற யோசனை சில நேரங்களில் என் சிந்தனையில் எழும். சிங்களவர்களைப் போலவே தமிழர்களாகிய நாங்களும் கூட நவீன உலகில் அந்நியமாகிப் போயுள்ள பழங்குடிகள்தான், இல்லையா?

ஒரு நாள், இந்தியாவில் அகதி முகாமொன்றில் வசித்து வரும் ராதாவிடமிருந்து எனக்கொரு கடிதம் வந்திருந்தது. எமது வகுப்பிலிருந்த மாணவர்கள் புயலில் சிக்கிய கடதாசித் துண்டுகள் போல பல திசைகளுக்கும் விசிறப்பட்டுப் போயிருந்தார்கள். நாதன் விடுதலைப் புலிகள் இயக்கத்தின் ஒரு பிராந்தியத் தலைவன். அவன் எமக்குத் தனி நாடொன்றைப் பெற்றுத் தருவதற்காக உயிரைப் பணயம் வைத்து சிங்கள இராணுவத்துடன் போராடிக் கொண்டிருப்பதாக ராதா எழுதியிருந்தாள். போராளி சீருடையணிந்து ஆயுதத்தைக் கையிலேந்தியவாறு நிற்கும் நாதனை நான் கற்பனை செய்து பார்த்தேன். ஆயுதம் முரட்டுத்தனமானது என்றபோதிலும் நாதனின் நேசமிகு விழிகள் அப்போதும் எனக்குத் தென்பட்டன.

லக்ஷ்மியின் தந்தை இராணுவத்துக்கு இரகசியத் தகவல்களைக் கொடுத்ததால் போராளிகளால் சுட்டுக் கொல்லப்பட்டு சடலம் மின்கம்பமொன்றில் தொங்கவிடப்பட்டிருந்ததாக ராதா எழுதியிருந்தாள். அவர்களது சொத்துக்களெல்லாம் இயக்கத்தால் பறிமுதல் செய்யப்பட்டிருந்தன. அப்போது இயக்கத்தினரின் ஒரு பிரதேசத் தலைமையகமாக லக்ஷ்மியின் குடும்பம் வசித்து வந்த

ஆடம்பர வீடே இருந்து வந்தது. நாதன் அங்கு தனது அலுவலகத்தை நிலைப்படுத்தியிருந்தான். லக்ஷ்மியும், அவளது குடும்பத்தில் எஞ்சியவர்களும் மேற்கு ஜேர்மனியில் வாழ்ந்து வந்தார்கள்.

எம்முடனிருந்தவர்களிலேயே அமைதியாக இருந்தவளாகிய சாந்தினி விடுதலைப் புலிகள் இயக்கத்தின் மகளிர் பிரிவில் இணைந்து விட்டிருந்தாள். அவள், சுதந்திரப் பறவைகள் அமைப்பில் இருந்தாள். எமது பெண்கள் அச் சுதந்திரப் பறவையை பொறாமைக் கண்ணோடு பார்த்து வருவதாகவும், அவர்களும் கூட சுதந்திரப் பறவையாக முயற்சித்து வருவதாகவும் ராதா மேலும் எழுதியிருந்தாள்.

உண்மையில் நானும் கூட சாந்தினியை எண்ணி பொறாமைப்பட்டேன். இந்தக் கதியற்ற தனிமை ஜீவிதத்திலிருந்து தப்பி ஒரு சுதந்திரப் பறவையாகி, ஆயுதமேந்தி எமது மக்களுக்காகப் போராடுவதை நான் விரும்பினேன். இல்லாவிட்டால் எமது பாடசாலையில் உயர்வகுப்பில் கல்வி கற்று வந்த கோபாலனைப் போல குண்டொன்றை உடம்பில் கட்டிக் கொண்டு சிங்கள இராணுவ முகாமொன்றிலோ அல்லது அப்பாவின் வியாபார நிலையமிருந்த கொழும்பு நகரத்திலோ சனநடமாட்டம் நிறைந்திருக்கும் நேரம் பார்த்து குண்டை வெடிக்கச் செய்து வீர மரணமடைய நான் விரும்பினேன். அப்போதுதான் எனது புகைப்படத்துக்கும் மலர் மாலை சூட்டி எனது பெயரையும் மாவீரப் போராளியாக அறிவிப்பார்கள்.

எமது இளைஞர்களும், யுவதிகளும் ஆயுதங்களை ஏந்தியவாறு எமது தலைவர் பிரபாகரனின் நிழலின் கீழ் தனி நாடு கேட்டுப் போராடிக் கொண்டிருந்த வேளையில், நான் லண்டனில் ஹம்பர்கர் சாப்பிட்டுக் கொண்டும், காப்பி குடித்தவாறும் அலுவலகத்தில் காகிதங்களை நிரப்பியவாறிருந்தேன். எனக்கும் கூட போர்க்களத்துக்குச் செல்வதே தேவையாகவிருந்தது.

நான், எனது இந்த ஆசையை முதன்முதலாக, ஒவ்வொரு மாதமும் இயக்கத்துக்குக் காசு சேர்க்க வரும் கோகிலனிடம் தெரிவித்தேன். அவன் சற்றுக் கரடுமுரடான, பலம் வாய்ந்த இளைஞன். மாதாமாதம் கொடுத்து வரும் பணத் தொகைக்கு மேலதிகமாக மேலும் ஐம்பது பவுண்களை நான் அன்று அவனிடம் கொடுத்தேன்.

'சகோதரி நீங்கள் இஞ்ச எங்களோட வேலைகள்ல கலந்து கொள்ளுங்கோ. உங்க ஆங்கிலம் மிகவும் நல்லாயிருக்கு. வீணாக எதுக்கு யாழ்ப்பாணம் போய் அழிஞ்சு போகணும்?' என்ற கோகிலன் எனக்கு அவனது முகவரி அட்டையைத் தந்தான்.

சுதந்திரப் பறவையாகும் எனது ஆசையை உணர்ந்து கொண்ட அம்மா எனக்கு விரைவாக ஒரு திருமணத்தை ஏற்பாடு செய்தார். அந்தக் கணமே சடுதியாக எனக்கு நாதன் நினைவில் தோன்றியதும் நான் விழிகளை மூடிக் கொண்டேன்.

எமது போராட்டம் வெற்றி பெற்றதன் பிறகு நான் நாதனின் மணப்பெண்ணாகிறேன். எதிரியிடமிருந்து மீட்டெடுத்த எமது மண்ணில் வைத்து தலைவர் பிரபாகரனின் ஆசிர்வாதத்தோடு நாங்கள் திருமணம் செய்து கொள்கிறோம். எமக்குப் பிறக்கும் முதல் குழந்தைக்கு நாங்கள் பிரபா என்று பெயரிடுகிறோம்.

நான் கண்டு கொண்டிருந்தது கனவா என்ன? நாவிதர் குல நாதனைத் திருமணம் செய்ய அம்மா ஒருபோதும் எனக்கு அனுமதியளிக்கப் போவதில்லை. அந்தக் காலங்களில் அப்பா, பீரிஸ் அங்கிளின் மகனைப் பற்றிக் கூறி என்னைக் கிண்டல் செய்து கொண்டிருப்பார். பீரிஸ் அங்கிளின் மகன் ரஜித என் சம வயதுடையவர். அவர் தற்போது எயார்லங்கா விமான சேவையில் விமானியாக இருக்கிறார். அவர் அடிக்கடி லண்டனில் வசித்து வரும் தனது சகோதரியைப் பார்க்க வந்து போவதாக பீரிஸ் அங்கிள் எழுதியிருந்தார்.

பீரிஸ் அங்கிள் அடிக்கடி அப்பாவுக்குக் கடிதங்களை எழுதிய போதும், அப்பா அந்தக் கடிதங்களை ஒரு உதாசீன மனப்பான்மையோடுதான் வாசித்தார். ஒருவருக்கும் ஒருபோதும் அவர் பதில் கடிதமொன்று கூட எழுதவில்லை.

எனக்கு ரஜித நினைவுக்கு வருகிறார். நாங்கள் சிறுபராயத்தில் ஒன்றாக விளையாடியிருக்கிறோம். அந்தக் காலத்தில் பீரிஸ் அங்கிள் குடும்பத்தினர் யாழ்ப்பாணம் வந்திருக்கிறார்கள். விடுமுறைக் காலத்தில் நாங்களும் அவர்கள் வசித்த கொழும்பு வீட்டுக்குச் சென்றிருக்கிறோம். என்றாலும் மாலை நேரமாகும்போது வெள்ளவத்தையில் வசிக்கும் பஞ்சநாயகம் மாமியின் வீட்டுக்கு இரவு தங்கச் செல்வோமென அப்பாவை வற்புறுத்த அம்மா மறக்க மாட்டாள். பஞ்சநாயகம் மாமி அவளது வகுப்புத் தோழி.

ரஜித சிங்களவர் என்பதால் அம்மா அவரையும் ஏற்றுக் கொள்ள மாட்டாள் என்பது நிச்சயம். அவள் எனக்கு எமது சாதியிலேயே ஒரு தமிழ் மணாளனைத் தேடினாள். அம்மாவின் முயற்சியில் வெள்ளாள வகுப்பைச் சேர்ந்த, புதிய பென்ஸ் காரொன்றை சொந்தமாக வைத்திருந்த, மத்திய லண்டனில் கணக்காளராகப் பணியாற்றிக் கொண்டிருந்த ஸ்ரீதரன் எனப் பெயர் கொண்ட ஸ்ரீயை எனக்கு மணாளனாக சம்பந்தம் பேசப்பட்டதோடு, இரு தரப்பினரதும் பூரண சம்மதத்தோடு எமது கல்யாணமும் நடந்து முடிந்தது.

எமது திருமண வைபவத்தில் வைத்து ஸ்ரீயின் உறவினர்களைப் போலவே எமது உறவினர்களும் கூட நான் ஸ்ரீயின் மனைவியானது, நான் முற்பிறவியில் செய்த பாக்கியம் என்றார்கள். உயர் சாதியில், செல்வந்தத் தமிழ் வெளிநாட்டு மாப்பிள்ளையொருவரின் பெறுமதி விலைமதிப்பற்றது. எனினும் அந்த விலைமதிப்பற்ற, உயர் சாதியின், பணக்காரத் தமிழ் வெளிநாட்டு மாப்பிள்ளை மதுபோதைக்கு அடிமையானவன் என்பதையும், அவன் தனது மனைவியை

முரட்டுத்தனமாகத் தாக்குமளவுக்கு மோசமானவன் என்பதையும் நான் புரிந்து கொள்ளும்போது மிகவும் தாமதமாகி விட்டிருந்தது.

நான் ஸ்ரீயுடன் மூன்று வருடங்கள்தான் ஒன்றாக வசித்தேன் என்ற போதிலும், அக் காலத்துக்குள் நான் அனுபவித்த வலிகள் சொல்லிலடங்காதவை. மதுவெறியில் அவன் என்னை வல்லுறவு செய்தான். என்னைக் கட்டி வைத்து நான் மயங்கிச் சரியும் வரைக்கும் இடுப்புப் பட்டியால் அடித்தான். ஒரு தொலைபேசி அழைப்பின் மூலம் போலிஸுக்கு அறிவித்து என்னால் அவனை சிலுவையில் ஏற்ற முடியுமாக இருந்த போதிலும் பெற்றோரது கௌரவம், குடும்ப பாரம்பரியம் போன்றவற்றைக் கருத்தில் கொண்டு நான் அதனைத் தவிர்த்து வந்தேன். இதற்கிடையில் அவன் ஒரு வெள்ளைக்காரக் காதலியைத் தேடிக் கொண்டான். அந்த விடுதலையுணர்வோடு நான் ஸ்ரீயின் உலகத்திலிருந்து தப்பி பெற்றோருடன் வந்து வாழத் தொடங்கினேன்.

ஸ்ரீயின் உலகத்திலிருந்து தப்பிய நான் எமது தமிழ் போராட்டக் களத்தில் வந்து நின்றேன். எதிர்ப்பு ஆர்ப்பாட்டங்களில் கலந்து கொண்டேன். இயன்ற வரை பணம் உழைத்து வடக்கின் போராளிகளுக்கு அனுப்பி வைத்தேன். உடல்ரீதியாக என்னால் போர்களில் பங்குபற்ற முடியாத போதும், நான் கற்பனையில் எமது சுதந்திரப் பறவைகளோடு இணைந்து யுத்தம் செய்தேன்.

எமது போராட்டமானது, வருடக்கணக்காக நீண்டு கொண்டே சென்றமை எமது எதிர்பார்ப்புக்களைச் சிதறடிக்கச் செய்து கொண்டிருந்தது. ஒவ்வொரு வருடமும், 'இதுதான் இறுதிப் போர்' என்று கூறியவாறு கோகிலன் பணம் சேகரித்துக் கொண்டிருந்த போதும், எமது போராட்டத்தின் முடிவொன்று எனக்குத் தென்படவில்லை. இதற்கிடையே வடக்கில் ஐந்தாம், ஆறாம் வகுப்புக்களில் படிக்கும் பள்ளிக்கூடப் பிள்ளைகளைக் கூட

பலவந்தமாக படையில் சேர்க்கிறார்களென எமது குடும்ப நண்பர்களிலொருவரான சட்டத்தரணி ராஜசிங்கம் கூறியிருந்தார். சிறுவர்களை யுத்தத்தில் சேர்ப்பது எனது உள்ளத்தை வலிக்கச் செய்தது.

போராட்டம் குறித்த அம்மாவின் பார்வை, எளிமையாக இருந்ததோடு குரூரமாகவும் இருந்தது. சிங்களவர்கள் மிருகங்கள் என்றும், நாங்கள் அவர்களிடமிருந்து எம்மைக் காத்துக் கொள்ளவேண்டும் என்றும் கூறினாள். எனினும் இயக்கப் போராட்டத்தையும் கீழ் சாதி கரையர், நலவர், பறையர், மல்லர், துரும்பர் போன்றவர்களால் வெள்ளாளர்களை மிதித்து முன்னேறும் போராட்டமாகத்தான் அவள் பார்த்தாள். கரையர், நளவர், பறையர், மல்லர், துரும்பர் போன்றவர்கள் போராடி வென்று மீட்டித் தரும் எமது தேசத்தின் ஆட்சியை வெள்ளாளர்கள்தான் ஏற்று நடத்த வேண்டுமென அவள் அடிக்கடி கூறிக் கொண்டேயிருந்தாள்.

ஒரு நாள் கோகிலன் அவசரமாக என்னைத் தேடி வீட்டுக்கு வந்திருந்தான். சிங்கள இராணுவத்தினரால் பெரும் போர் நடவடிக்கையொன்று மேற்கொள்ளப்பட்டிருப்பதாகவும், போராளிகளுக்கு ஆயுதத் தட்டுப்பாடு ஏற்பட்டிருப்பதாகவும் கோகிலன் கூறினான். அன்று மாலை ஒரு அவசரக் கூட்டத்துக்கு ஏற்பாடு செய்து அதற்கு தமிழ் செல்வந்த வியாபாரிகளோடு, பிரித்தானிய பாராளுமன்ற உறுப்பினர்கள் சிலருக்கும் அழைப்பு விடுத்திருந்தான். அந்த சந்திப்பு ஒரு ஐந்து நட்சத்திர ஹோட்டலில் நடைபெற்றது. கோகிலன் தமிழில் உரையாற்றியதை பிரித்தானிய பாராளுமன்ற உறுப்பினர்கள் மூவருக்காகவும் நான் ஆங்கிலத்தில் மொழிபெயர்த்துக் கூறிக் கொண்டிருந்தேன்.

கோகிலன் சிறந்த பேச்சாளன். அவன் மிகவும் உணர்வுபூர்வமாக உரையாற்றியதோடு, அவனது உரையை மொழிபெயர்த்துக் கொண்டிருந்த எனது விழிகளும் கூட கண்ணீரால் நிரம்பியது.

இறுதியில் எமது போராட்டத்தை லண்டனில் முன்னெடுத்துக் கொண்டிருக்கும் கோகிலனை அனைவரும் கட்டியணைத்ததோடு செல்வந்தத் தமிழ் வியாபாரிகள் அந்தக் கணமே காசோலைகளில் கையொப்பமிட்டு அவனிடம் கொடுத்தார்கள். பிரித்தானிய பாராளுமன்ற உறுப்பினர்கள் பண ரீதியாக எதையுமே வழங்காததோடு, அதிலொருவர் தனது அடுத்த தேர்தலின் போது தனக்கு எவ்வளவு பணம் தர முடியுமெனக் கேட்டார்.

கூட்டத்தின் முடிவில், கிடைத்த பணத் தொகையை எண்ணிப் பார்க்க வேண்டுமென்று கூறி கோகிலன் அவனது அலுவலகத்துக்கு என்னைக் கூட்டிக் கொண்டு போனான். அன்று அலுவலகத்தில் யாரும் இருக்கவில்லை. அலுவலகத்துக்குள் நுழைந்ததுமே அவன் என்னால் செய்யப்பட்ட சேவைகளைப் பாராட்டினான்.

'எங்கள் போராட்டத்துக்கு இன்று நிறையக் காசு சேர்ந்ததெல்லாம் சகோதரியோட அதிர்ஷ்டம்தான். மற்ற நாட்கள்ல காசே தராத கஞ்சன்கள் கூட இன்று காசு தந்தினம். நான் சகோதரியைப் பற்றி தலைவரிடம் சொல்லியிருக்கிறேன். சகோதரி எமது போராட்டத்தில் வாசனை வீசுற ஒரு பூ' என்று கூறியவாறே எனது முகத்துக்கருகில் அவனது இரு உதடுகளையும் கொண்டு வந்து என்னை முத்தமிட முற்பட்டான். மின்னல் தாக்கியது போல உணர்ந்து, நான் அவனைப் பின்னால் தள்ளி விட்டேன். அவன் பின்னால் தள்ளப்பட்ட போதும் கூட, திரும்பவும் வந்து என்னைக் கட்டிப்பிடித்தான்.

'சகோதரி பதற்றப்பட வேண்டாம்' என்றான்.

'நான் சகோதரியா? என்னை விடடா காட்டுமிராண்டி' என்று கத்தியவாறே அவனை நகத்தால் பிராண்டியவாறு அவனிடமிருந்து தப்ப முயற்சித்தேன். இருந்தும், எனது முயற்சி வெற்றியளிக்கவில்லை. கோகிலன் அலுவலகத்தின் நில விரிப்பின் மீது என்னை வீழ்த்தினான்.

அவனது கரங்கள் எனது மார்பை நோக்கி வந்தன. நான் முடிந்தளவு பலத்தைப் பிரயோகித்து அவனைத் தள்ளி விட்டேன். எனினும் அந்தச் சதை மலை என்னை இறுக்கமாகக் கட்டிப்பிடித்ததில் என்னால் சுவாசிக்கக் கூட முடியாமலிருந்தது.

அவனது வியர்வை நிரம்பிய முகம் எனது கன்னங்களோடு உரசியது. அந்தச் சந்தர்ப்பத்தைப் பயன்படுத்தி நான் அவனது இடது கன்னத்தைக் கடித்தேன். உப்புச் சுவையோடு கூடிய இரத்தச் சுவையை எனது நா உணர்ந்தது. கோகிலனின் இடது கன்னத்தின் ஒரு துண்டு எனது வாயிலிருந்தது. அந்த வலியில் அவன் சற்றுத் தளர்ந்து விட்டதும் கிடைத்த சந்தர்ப்பத்தைப் பயன்படுத்திக் கொண்ட நான் அவனிடமிருந்து தப்பி சிரமத்தோடு எழுந்து வந்து அலுவலகத்தின் கதவைத் திறந்து வெளியே ஓடினேன். பெருந்தெருவை அடைந்த நான் ஒரு வாடகைக் காரில் ஏறிக் கொண்டேன்.

என்னால் எதையும் யோசிக்க முடியவில்லை. கோகிலன் என்னை பாலியல் வல்லுறவுக்குட்படுத்த முயற்சித்திருந்தான். எனக்கு வீட்டுக்குச் செல்லவும் மனம் இடம்கொடுக்கவில்லை. வாடகைக் கார் ப்ரேன்ட்வுட் பிரதேசத்தைத் தாண்டிச் சென்று கொண்டிருந்ததோடு, அதற்கு அருகாமையிலிருந்த மதுபான விடுதியொன்றுக்கு என்னைக் கொண்டு போய் விடுமாறு நான் கார் சாரதியிடம் கூறினேன்.

மதுபான விடுதிக்குள் நுழைந்த நான் அங்கு ஒரு குவளை பிராண்டி அருந்தினேன். அங்கிருந்தவர்கள் வெள்ளையர்கள் மாத்திரமே. தமிழர்களோ, சிங்களவர்களோ அதற்குள் இருக்கவில்லை. நான் பாதுகாப்பை உணர்ந்தேன்.

அடுத்ததாகச் செய்ய வேண்டியது என்னவென்று யோசித்துப் பார்த்தேன். என்னால் கோகிலனுக்கு எதிராக போலிஸுக்குச் செல்ல முடியாது. அப்படிச் சென்றால் நான் சிங்கள அரசிற்காக உளவு பார்க்க வேண்டி இயக்கத்துக்குள் நுழைந்திருக்கும் உளவாளியொருத்தியென

எமது மக்கள் மத்தியில் அவன் வதந்தியைப் பரப்பி விடுவான். அதன்பிறகு ஆட்களைக் கொண்டு நான் உட்பட எனது மொத்தக் குடும்பமுமே படுகொலை செய்யப்படுவது நிச்சயம்.

ஒரு கையறு நிலையை நான் உணர்ந்தேன். வாழ்க்கையில் முதன்முறையாக, எம்மால் போஷித்து வளர்க்கப்படும் இயக்கத்தின் பயங்கரம் எனக்குப் புரிந்தது. சிங்கள இராணுவத்தைப் போலவே விடுதலைப் புலிகள் இயக்கமும் கூட குரூரமானதுதான். அந்தக் குரூரமேதுமில்லாமல் இந்த மதுபான விடுதிக்குள்ளிருக்கும் வெள்ளையர்கள் எவ்வளவு மகிழ்ச்சியாகவும், நிம்மதியாகவும் இருக்கிறார்கள்?! வாழ்க்கையின் இலட்சியம், அரசியல், போராட்டங்களுக்காக படுகொலைகள் செய்வதா? அல்லது செத்துப் போவதா? எமக்கு இந்த வெள்ளையர்களைப் போல வாழ்க்கையை அனுபவிக்க முடியாமலிருப்பது ஏனோ?

நான் எனது நாட்குறிப்பை எடுத்துப் பார்த்தேன். அதில் லண்டனில் வசிக்கும் ரஜிதவின் சகோதரியின் தொலைபேசி இலக்கம் இருந்தது. அந்த இலக்கத்தை பீரிஸ் அங்கிள் எமக்கனுப்பி வெகுகாலம் ஆகியிருந்தது எனினும் நாம் எவருமே அதுவரைக்கும் அந்த எண்ணைத் தொடர்பு கொண்டிருக்கவேயில்லை.

நான் மதுபான விடுதியருகில் இருந்த பொதுத் தொலைபேசியருகே சென்றேன். நடுங்கும் விரல்களால் அந்த எண்களை அழுத்தினேன். ரஜிதவின் சகோதரி, பீரிஸ் அங்கிளின் மகள் அஞ்சலியை நான் அன்றுதான் சந்தித்தேன். குரூர மனிதர்களிடமிருந்து மறைந்திருக்க அஞ்சலி எனக்கு உதவி செய்தாள்.

இரண்டு மாதங்களுக்குப் பிறகு ஒரு நாள் எனக்கு கோகிலனின் பழைய நண்பனொருவனான கருணாகரனை செவன் சிஸ்டர்ஸ் சுரங்கப் பாதையில் வைத்து திடீரென சந்திக்க நேர்ந்தது. அவன் கோகிலனை கடுமையாகத் திட்டிக் கொண்டிருந்தான்.

இயக்கத்துக்கெனச் சேகரித்த பணத்தில் ஒரு பெரும்பங்கை கோகிலன் மோசடி செய்திருந்தான். எனக்கு அது ஆச்சரியமளிக்கவில்லை. என்னால் அவனது கன்னத்தில் ஏற்பட்ட தழும்பைக் கூட சிங்கள இளைஞர்கள் குழுவொன்று தன்னைத் தாக்கியதால் வந்த காயம் என்று அவன் செய்தி பரப்பியிருந்ததுதான் ஆச்சரியமளித்தது.

காலங்கள் கடந்தன. நான் அப்போது மிக அமைதியான வாழ்க்கையைக் கழித்துக் கொண்டிருந்தேன். அப்பா ஒரு குளிர்காலத்தில் காலமானார். நாங்கள் அவரது இறுதிச் சடங்கை சிறிதாக நடத்தினோம். எமது உறவினர், நண்பர்கள் சிலரும், அஞ்சலியும் மயானத்துக்கு வந்திருந்தார்கள். தனித்து, இருண்ட மாலை நேரமொன்றில் நாங்கள் அப்பாவுக்கு விடைகொடுத்தோம்.

வடக்கில் போர் நிலவரம் உக்கிரமாக இருக்கிறதென அறியக் கிடைத்தது. எனினும் எனது மனம் சலித்துப் போயிருந்தது. நாம் ஈழ தேசத்தின் தலைநகரமான கிளிநொச்சியைக் கூட இழந்து விட்டோமென சட்டத்தரணி ராஜசிங்கம் எனக்கொரு மின்னஞ்சலை அனுப்பியிருந்தார். பிரபாகரன் சிக்கிக் கொண்டு விட்டார். எனினும் பிரபாகரனைக் காப்பாற்ற கே.பி. முயற்சிகளை மேற்கொண்டு வருகிறார் என்று தொடர்ந்தது மின்னஞ்சல் குறிப்பு.

மே மாதத்தில் ஒரு நாள் சட்டத்தரணி ராஜசிங்கம் தொலைபேசியில் அழைத்து பிரபாகரன் செத்துப் போய்விட்டதாகத் தகவல் சொன்னார். நான் டர்னர்ஸ் ஹில்லில் வசித்து வரும் இயக்க உறுப்பினர்களுள் ஒருத்தியான நீதாவை தொலைபேசியில் அழைத்தேன். தலைவர் இறக்கவில்லையெனவும், கே.பி. அவரை மீட்டு எரித்ரியாவுக்குக் கூட்டிச் சென்றிருப்பதாகவும் நீதா கூறினாள். 'தலைவர் பிரபாகரன், போராளிகள் பதினான்காயிரம் பேரோடு எரித்ரியாவுக்குப் போயிருக்கிறார். அவர்கள் திரும்பவும் போராட்டத்தைத் தொடங்குவார்கள்' என்றாள்.

இவ்வாறாக அந்தக் காலகட்டத்தில் நாங்கள் பொய்யாக, ஒரு மாயைக்குள் எம்மை ஏமாற்றிக் கொண்டு வாழ்ந்திருந்தோம். இறுதியில் விழிகளைத் திறந்து பார்த்தபோது எமக்கு முன்னால் யதார்த்தம் வேறுமாதிரியிருந்தது. பிரபாகரன் ஒரு கோவணத் துணியுடன் சகதித் தரையில் வீழ்த்தப்பட்டிருந்தார். ஆயுதமேந்திய போராளிகள் செத்துப் போயிருந்தார்கள். புலம்பெயர்ந்தவர்கள் நாடு கடந்து சிரமப்பட்டு உழைத்து போராட்டத்துக்கென சேகரித்துக் கொடுத்த பணத்தை தனது புதிய தலைவரிடம் ஒப்படைத்திருந்தார் கே.பி.

மேற்குலக நாடுகளில் வாழும் நாங்கள் அனைத்து வசதிகளையும் அனுபவித்தவாறு வன்னியின் பிள்ளைகளை போர் எனும் அரக்கனின் வாய்க்குத் தின்னக் கொடுத்திருந்தோம். அவர்கள் அழிந்து விட்டார்கள். நாங்கள் பத்திரமாக இருக்கிறோம்.

எனக்கு நாதன் நினைவிலெழுந்தான். அவன் யுத்தத்தில் மரித்திருப்பானா? அங்கவீனமாகியிருப்பானா? எனக்கு எதுவும் தெரியவில்லை.

பிரபாகரனின் மரணத்துக்குப் பின்னர் விடுதலைப் புலிகள் இயக்கத்துக்குப் பணம் சேகரித்து வந்த முகவர்கள், இயக்கத்தின் வியாபாரக் கொடுக்கல் வாங்கல்களைத் தாமே பொறுப்பேற்று ஓரிரவில் கோடீஸ்வரர்களாகினர். கோகிலன் வியாபாரக் கொடுக்கல் வாங்கல்கள் ஏழெட்டைத் தனது பெயருக்கு மாற்றிக் கொண்டிருந்தான். அவர்கள் அனைவருமே விடுதலைப் போராட்டத்தை மிகச் சிறப்பாக விற்று பணமீட்டிக் கொண்டிருக்கிறார்கள். அவர்கள் தற்போதும் கூட போராட்டத்துக்கென்று கூறி எமது மக்களிடம் காசு சேகரித்துக் கொண்டிருக்கிறார்கள்.

அம்மா, தான் மரிக்கும் முன்பு யாழ்ப்பாணத்தைப் பார்க்க வேண்டுமென்று சொல்லிக் கொண்டேயிருந்தாள். இறுதிப் போரின்

பின்னர் பல வருடங்கள் கழித்து நாங்கள் யாழ்ப்பாணத்துக்குச் சென்றோம். எமது ஜீவிதங்களைப் போலவே இலங்கையும் மாறியிருந்தது. ரஜிதவும், அவரது மனைவியும் எம்மை சிறப்பாக வரவேற்றார்கள். பீரிஸ் அங்கிள் மிகவும் வயோதிபமடைந்திருந்தார். அல்விஸ் அங்கிள் கடந்த வருடம் காலமாகி விட்டதாக அவர் கூறினார். அல்விஸ் அங்கிளின் மகள் தெஹிவளை ரயில் நிலைய குண்டுவெடிப்பில் காலமானதன் பின்னர் அல்விஸ் அங்கிளும் அப்பாவைப் போலவே நடைப்பிணமாக தனது வாழ்நாளைக் கழித்திருக்கிறார். போரானது, நம் அனைவரையுமே இரையாக்கித் தின்று தீர்த்திருப்பது எனக்குப் புலப்பட்டது. நாங்கள் அனைவருமே யுத்தத்தால் பாதிக்கப்பட்டவர்கள்.

சட்டத்தரணி ராஜசிங்கத்தின் சகோதரர் ஒருவரது வாகனத்தில் நாங்கள் யாழ்ப்பாணத்துக்குச் சென்றோம். யாழ்ப்பாணம் கூட மாறி விட்டிருந்தது. அது நாங்கள் வாழ்ந்த யாழ்ப்பாணம் அல்ல. அந்நிய பூமி. இரண்டு இனத்தவர்கள் ஒருவரையொருவர் படுகொலை செய்து கொண்ட பூமி. சித்திரவதைக்குள்ளாக்கப்பட்டு குருதி வெள்ளமெனப் பாய்ந்த பூமி.

எனக்கு இரண்டு கிழமைகள் விடுமுறைதான் கிடைத்திருந்தது. அதனால் எமக்கு உறவினர்களைப் பார்க்கச் செல்ல காலம் இடமளிக்கவில்லை. எமது பரம்பரை வீடும், காணியும் அதி உயர் பாதுகாப்பு வலயத்தால், கைப்பற்றப்பட்டிருந்தன. நாட்டின் ஒரு பாகத்தை கைப்பற்றப் போராடிய போராட்டம், வடக்கின் ஏழை மக்களுக்கென இருந்த ஒரு துண்டுக் காணியையும் கூட இழக்கச் செய்ததில் சென்று முடிந்திருந்தது. நாங்கள் பெரியம்மாவின் வீட்டில் தற்காலிகமாகத் தங்கினோம்.

எனது பழைய தோழிகளில் ஒருத்தியான ராதாவின் சகோதரி மீனாவை மாத்திரமே எனக்கு சந்திக்கக் கிடைத்தது. ராதா தற்போது

தமிழ்நாட்டில் வசித்து வருகிறாள். சுதந்திரப் பறவையாகச் சிறகடிக்கவிருந்த சாந்தினி போர் தந்த மன அழுத்தத்தில் இரண்டு தடவைகள் தற்கொலைக்கு முயற்சி செய்திருந்தாள். தற்போதும் கூட தெல்லிப்பளை வைத்தியசாலையில் சிகிச்சை பெற்று வருகிறாள். அவள் மனநிலை பாதிக்கப்பட்டிருக்கிறாள்.

மனோகரியின் அக்காவை இந்தியப் படையினர் சிலர் பாலியல் வல்லுறவுக்குட்படுத்தியதால் அவள் தனக்குத் தானே தீ வைத்துத் தற்கொலை செய்து கொண்டதாக எனக்கு அறியக் கிடைத்தது. இவ்வாறாக, கிடைக்கும் தகவல்கள் அனைத்துமே பயங்கரமானவையாக இருந்தன. யுத்தங்களுக்குப் பின்னர் நல்ல தகவல்களை எதிர்பார்க்க முடியுமா என்ன?

லக்ஷ்மி தற்போது கொழும்பில் வசித்து வருகிறாள். அவளது நெருங்கிய உறவினர் ஒருவர் வடக்கின் முதலமைச்சராக வரும் சாத்தியமிருக்கிறது. அம்மாவின் குரூர வார்த்தைகள் எனக்கு நினைவுக்கு வருகின்றன.

நான் மீனாவிடம் நாதனைப் பற்றி விசாரித்தேன். மீனாவும் கூட அவனைப் பற்றிய தகவல்கள் எவற்றையும் அறிந்திருக்கவில்லை. அவன் ஒரு முன்னாள் பிராந்தியத் தலைவன். இறுதிப் போரின் பிறகு அவனைப் பற்றி ஒரு தகவலுமில்லை. அவன் இறந்து போயிருக்கக் கூடுமென எண்ணிய எனது மனம் துயரத்தால் கனத்தது. அன்று மாலையே நாங்கள் யாழ்ப்பாணத்திலிருந்தும் விடைபெற்றோம்.

அந்த வாகனத்தின் சாரதி காங்கேசன்துறையைச் சேர்ந்தவர். போர்க்காலத்தில் நிகழ்ந்தவற்றை நேரில் கண்டது போல அவர் எம்மிடம் விபரித்துக் கொண்டிருந்தார். இடைவெளி விடாமல் அவர் கூறிக் கொண்டிருந்த விடயங்களும், அவரது பேச்சும் எமக்குத் தொந்தரவாகக் கூட இருந்தது. எனினும் எதையும் கவனத்தில் கொள்ளாமல் அவர் விபரித்துக் கொண்டேயிருந்தார். அம்மா

உறக்கத்தில் ஆழ்ந்தார். நான் மீண்டும் காணக் கிடைக்காத அந்தப் பிரதேசத்தின் காட்சிகளை ஜன்னல் வழியே பார்த்துக் கொண்டிருந்தேன்.

நாவற்குழி புகையிரதக் கடவையை நெருங்கும்போது சாரதி திடீரென வாகனத்தை நிறுத்தி, வாகனத்துக்குக் குறுக்கே சென்ற ஒருவரைக் கேவலமாகத் திட்டத் தொடங்கினார்.

'அவன்ம அந்தப் பொறுக்கிதான் இஞ்ச ஸ்கூல்கள்ல நுழைஞ்சு நம்மட பிள்ளைகளை இயக்கத்துக்குக் கொண்டு போனவன். போன பிள்ளை ஒண்டு கூட உயிரோடு திரும்பேல்ல. இவனெண்டா புனர்வாழ்வுத் திட்டத்துக்குப் போய் நல்லாத் திரும்பி வந்திருக்கிறான்.'

நான் தெருவுக்குக் குறுக்கே நொண்டியவாறு நடந்து செல்லும் அந்த நபரைப் பார்த்தேன். முருகக் கடவுள் மேல் ஆணையாக! அது நாதனேதான். அவன் மிகத் துரிதமாக முதுமையடைந்திருந்தான். தலைமயிர் நரைத்திருந்தது. யுத்தத்தில் ஏற்பட்ட காயத்தின் காரணமாகவோ என்னவோ அவன் ஊனமுற்றிருந்தான்.

நான் சடுதியான திகைப்புக்குள் ஆட்பட்டிருந்தேன். எனக்குக் கத்த வேண்டும் போலிருந்தது. வாகனத்திலிருந்து இறங்கி நாதனிடம் ஓடிச் செல்ல வேண்டும் போலிருந்தது. அந்த மனிதனைத் திட்ட வேண்டாம் என்று கூற வேண்டும் போலிருந்தது. எனினும் அதிர்ச்சியின் காரணமாகவோ என்னவோ எதுவுமே பேசாமல் நாதனை கண்ணிமைக்காமல் பார்த்துக் கொண்டேயிருந்தேன்.

வாகனத்தின் சாரதி நாதனை 'நாயே' என்று இழிவாகக் கூறித் திட்டினான். அதைக் கேட்ட நாதன் சாரதியைப் பார்த்தான். அப்போதுதான் நான் நாதனின் அந்த விழிகளைக் கண்டேன். முன்பு அவனது விழிகளிலிருந்த அப்பாவித்தனமும், சினேகமும் தற்போது

இருக்கவில்லை. 1983 கலவரத்தின் பின்னர் அப்பாவின் இரு விழிகளிலும் கண்ட வெறுமையை நாதனின் இரு விழிகளிலும் கூட நான் அன்று கண்டேன். அதை உணர்ந்த எனது கண்களிலிருந்து கண்ணீர் நிரம்பி நாதனின் உருவத்தை மறைத்தது. அந்தக் கணத்தில் அண்ட சராசரமே உறைந்து போயிருந்தது.

சாரதி நாதனிருந்த திசைக்கு காறித் துப்பி விட்டு மீண்டும் வாகனத்தை முன்னே செலுத்தத் தொடங்கினார். நான் கண்ணீரினிடையே, மெதுமெதுவாகப் புள்ளியாகி மறையும் வரைக்கும் நாதனையே பார்த்துக் கொண்டிருந்தேன்.

அஜித் பெரகும் திஸாநாயக

எழுத்தாளரும், மொழிபெயர்ப்பாளரும், ஊடகவியலாளரும், வலைப்பதிவாளருமான திரு.அஜித் பெரகும் திஸாநாயக்க, தனது இருபது வயதுகளின் தொடக்கத்தில், இலங்கை இராணுவத்தால் கடத்தப்பட்டு ஒரு ஆண்டிற்கும் மேலாக சித்திரவதை முகாமில் ஒரு அரசியல் கைதியாகத் தடுத்து வைக்கப்பட்டிருந்தவர். தனது சித்திரவதை அனுபவங்கள் குறித்து Kpoint எனும் நாவலை எழுதியிருக்கிறார். அத்தோடு, இலங்கையின் கஷ்டப் பிரதேசங்களிலுள்ள பாடசாலைகளில் இருபது வருடங்களுக்கும் மேலாக ஆங்கில ஆசிரியராகக் கடமையாற்றிய அனுபவமும் இவருக்கு உள்ளது. தற்போது Creative Content Consultants நிறுவனத்தின் தலைமை ஆசிரியராக பணிபுரிந்து வருகிறார்.

வெள்ள நிவாரண முகாம்

நயனா வீட்டுக்குள் நுழையும்போது அது சகதிக் குவியலாகக் கிடந்தது. அவள் எப்போதும் பெருக்கித் துடைத்து தூய்மையாக வைத்திருந்த பளிங்குத் தரையானது, காப்பி நிற அழுக்குச் சேறு படிந்து சேற்று வயல்வெளி போல ஆகியிருந்தது. வரவேற்பறையில் வைக்கப்பட்டிருந்த சோபா கதிரையின் இருக்கைகள் சேற்றிலும் தண்ணீரிலும் ஊறிப் போயிருந்தன. பிளாஸ்டிக் கதிரைகள், புகைப்படங்கள், அலங்காரப் பொருட்கள் எல்லாம் மிதந்து சென்று ஆங்காங்கே ஒதுங்கியிருந்தன. சுவரில் கழுத்தளவு உயரத்தில் மஞ்சள் நிற நீரின் அடையாளம் படிந்திருந்தது.

அறையிலிருந்த அலுமாரியைத் திறந்து பார்த்தவளின் நெஞ்சம் அதிர்ந்து போனது. சேலைகள், சட்டைகள், பிள்ளைகளின் ஆடைகள் அனைத்திலிருந்தும் அழுக்குத் தண்ணீர் வடிந்து கொண்டிருந்தது. அலுமாரியின் இழுப்பறையைத் திறந்து பார்த்தாள். முக்கியமான பத்திரங்கள் அனைத்துமே நனைந்து போயிருந்தன. அவற்றுக்கிடையே தங்க நகைகளை அடகு வைத்தமை சம்பந்தமான முக்கியமான காகிதங்களும் அடங்கியிருப்பது நினைவுக்கு வந்து அவளது கை தானாகவே கழுத்தை நோக்கிச் சென்றது.

அவள் கட்டிலின் மீது அமர்ந்து கொண்டாள். அதிலும் ஈரத்தை உணர்ந்தவள் உடனே எழுந்து நின்றாள். எழுந்ததுமே கட்டில் ஒரு புறமாக சாய்ந்து கொண்டது. அட்டைப் பலகைகளால் செய்யப்பட்ட அதை மீண்டும் பாவிப்பது சாத்தியமில்லை. அது இப்போது நனைந்து ஊறி பப்படத்தைப் போல உப்பி விட்டிருந்தது. வீட்டுச் சாதனங்களை

வாங்குவதற்காகப் பெற்றுக் கொண்ட கடனைக் கூட இன்னும் செலுத்தி முடிக்கவில்லை.

பிள்ளைகளின் அறை முழுவதும் புத்தகங்களும், கொப்பிகளும் பரந்து கிடந்தன. அவற்றின் மேலே அடுக்கடுக்காக சேறும் சகதியும் படிந்திருந்தன. கறுப்பு நிற அழுக்குச் சேற்றிலிருந்து மூக்கைத் துளைக்கும் நாற்றம் கிளம்பியதால் அவள் மூக்கைப் பொத்திக் கொண்டாள். அழுக்காகி, சகதி படிந்து அறையின் மத்தியில் வீழ்ந்து கிடந்த மகளின் பொம்மையொன்றைக் கண்டதும், அண்மையில் இணையத்தில் பகிர்ந்து கொள்ளப்பட்ட பாலியல் வல்லுறவுக்குள்ளாக்கிக் கொல்லப்பட்ட குழந்தையொன்றின் சடலம் நினைவுக்கு வந்தது. அவளுக்கு வெள்ள நிவாரண முகாமில் விட்டுவந்த தனது மகள் நினைவுக்கு வந்தாள்.

நண்டொன்று குறுக்கே அடி வைத்து புத்தகங்களின் மேலால் ஓடியது. 'பாம்புகளும் இருக்குமோ தெரியாது' எனப் பயந்து சடுதியாக பின்புறம் அடியெடுத்து வைத்தவள் சகதியில் வழுக்கினாள். சட்டென நிலைக் கதவைப் பற்றிப் பிடித்து கீழே விழாது தன்னைப் பாதுகாத்துக் கொண்டாள். சுவரிலிருந்த அட்டைப் புழுவொன்று நசுங்கி அவளது கைகளில் அதன் சதைத் திரவம் படிந்தது. மிகுந்த அறுவெறுப்பாக உணர்ந்தாள். சுவரிலேயே பல தடவைகள் கையைத் தேய்த்தாள். ஏனைய நாட்களில் சுவரை அழுக்காக்க வேண்டாம் என்று மகனை மிரட்டுபவள் அவள்.

அவளது கணவன் சேறாலும், சகதியாலும் மூடப்பட்டிருந்த மோட்டார் சைக்கிளை மிகவும் கவலையோடு பார்த்துக் கொண்டிருந்தான். அவர்கள் வீட்டை விட்டுச் செல்லும்போதே வயல்வெளியின் மத்தியில் செல்லும் பாதை கழுத்தளவு நீரில் மூழ்கிப் போயிருந்தது. அவர்களை கடற்படையின் படகொன்று வந்து வெள்ள நிவாரண முகாமுக்கு அழைத்துச் சென்றது. எதையுமே எடுத்துச் செல்ல

வழியிருக்கவில்லை. வாழ்நாளில் பாடுபட்டு வாங்கிய தமது முதல் வாகனத்தை வீட்டிலேயே விட்டுச் செல்ல அன்று நேர்ந்தது. இப்போதும் பஸ் செல்லும் தெருவுக்குச் செல்ல ஒரு கிலோமீற்றர் தூரம் சேற்றில் தவழ்ந்து செல்ல வேண்டியிருக்கும். அயல்வீட்டுத் தம்பி நுவன் வாடகைக்கு ஓட்டும் முச்சக்கரவண்டிக்கும் கூட மோட்டார் சைக்கிளுக்கு ஏற்பட்ட கதியே நிகழ்ந்திருந்தது.

அவள் தையல் இயந்திரத்தைப் போர்த்தியிருந்த துணியை அகற்றினாள். தண்ணீர் உள்ளே சென்றிருந்த போதும் சகதி சொற்பமாகவே படிந்திருந்தது. அதன் மின்சார மோட்டார் பழுதடைந்திருக்கக் கூடும். புதிய மின்சார மோட்டார் எவ்வளவு விலை வரும் என்று அவளுக்குள் ஒரு கணம் யோசனை எழுந்தது. தைக்க வேண்டிய துணிகளை வைத்திருந்த பெட்டியில் படிந்திருந்த சேற்றினிடையே சிறு குழந்தையின் சட்டையொன்றில் பதிக்கப்பட்டிருந்த உருவம் தெளிவாகத் தெரிந்தது. கார்ட்டூன் கதாபாத்திரமொன்று தூண்டிலிடப் போகும் காட்சி அதிலிருந்தது.

சமையலறைப் பக்கம் வெறுமனே எட்டிப் பார்க்கவேனும் அவளுக்குத் தோன்றவில்லை. சமையலறை ஒரு படிக்கட்டின் கீழாக அமைந்திருந்தது. அதைப் பார்த்தால் தனக்கு மயக்கமே வரக் கூடுமென்று அவள் அச்சமுற்றாள். கணவன் குளியலறையை எட்டிப் பார்ப்பதைக் கண்டதும் அவனது தோளின் மேலாக அவளும் எட்டிப் பார்த்தாள். கழிவறையில் வெள்ள நீர் வற்றியிருக்கவில்லை.

"கடவுளே, வாழ்நாள் முழுதும் பாடுபட்டு உழைச்சுச் சம்பாதிச்சது எல்லாமே தண்ணில.. நாங்க திரும்பவும் தலை தூக்குறது எப்படி?" என்று அவளது வாய் தானாக முணுமுணுத்தது.

மாதவிடாய் தோன்றக்கூடிய அறிகுறிகளை இன்று காலையிலிருந்து அவளது உடல் அறிவித்துக் கொண்டிருக்கிறது.

அடுக்கடுக்காக சேறும் சகதியும் படிந்திருந்த துவாய்கள், உள்ளாடைகள், சட்டைகள், சேலைகள், கட்டில் விரிப்புகள், தலையணைகள், பிள்ளைகளின் ஆடைகள், கணவனின் ஆடைகள், சட்டிகள், பானைகள், நேர்த்தியாக அடுக்கப்பட்டிருந்த மசாலா, மிளகாய்த் தூள்களிட்ட போத்தல்கள் போன்ற இன்னும் பலவும் அவளது நினைவில் தோன்றிக் கொண்டேயிருந்தன.

''இதையெல்லாம் எங்களால துப்புரவாக்க முடியாது. எனக்கு இங்க இருக்கவும் பயமா இருக்கும வாங்க போகலாம்'' என்றாள்.

சுற்றுச்சூழல் முழுவதும் பாழடைந்து, மர்மமான துயரம் நிரம்பி, பரிதாபத்துக்குரியதாகவிருந்தது. வானம் கூட கரிய மேகங்களால் கனத்துப் போயிருந்தது. மீண்டும் பலத்த மழை பெய்யக் கூடும். அமைதியான துயரம் சூழ்ந்த அந்தப் பாழடைந்த அமைதியைக் குழப்பியவாறு வெட்டுக்கிளியொன்று சிறகடிக்கும் ஓசை கேட்டது.

''நீ போ'' என்று அவளது கணவன் சந்தன கவலை தோய்ந்த கோபத்தோடு கூறுவது கேட்டது.

நிச்சயமாக அவள் போயாக வேண்டும். பன்னிரண்டு வயதான மகளையும், எட்டு வயது மகனையும் பக்கத்து வீட்டுப் பெண்ணின் பாதுகாப்பில் விட்டு வந்திருந்தாள். கணவனினதோ, அவளதோ ஊர்களுக்குச் செல்லக் கூட அவர்கள் எவரிடமும் நல்ல ஆடைகள் எவையும் இப்போது இல்லையென்பது அவளுக்குத் தெளிவானது. இருந்தாலும், அவ்வாறு இலகுவில் விட்டுச் சென்று விடவும் முடியாத அளவுக்கு அவர்களது வாழ்க்கையானது கொழும்போடு கட்டிப் போடப்பட்டிருக்கிறது. கணவனின் தொழில், அவளது தையல் பணி, பிள்ளைகளின் கல்வி என அனைத்துமே அழுக்கு வாடை வீசும், வடிகான்கள் பெருக்கெடுக்கும், வாகன நெருக்கடியில் திணறும், சுவாசிக்கக் கூட முடியாதளவு உஷ்ணமான இந்தக் கொழும்பு நகரத்திலேயே தங்கியிருக்கின்றன.

மகளுக்கு கழிப்பறைக்குப் போக வேண்டிய தேவையேற்பட்டால் கூட அவள் தனியாக வெள்ள நிவாரண முகாமிலிருக்கும் கழிப்பறைக்குச் செல்ல விரும்புவதில்லை. நாலாபக்கமும் மலமும், சிறுநீரும், எச்சிலும், பீடி சிகரெட் துண்டுகளும் பரந்திருக்கும் அந்தப் பாடசாலைக் கழிப்பறைக்குச் செல்ல விருப்பமற்றதால் மகள் மாத்திரமல்லாது அவளும் கூட அதற்கு மேலும் அடக்கிக் கொள்ள முடியாவிட்டால் மாத்திரமே கழிப்பறைக்குச் செல்கிறார்கள்.

"ஆஹ் தங்கச்சிம இப்ப நாங்களும் இங்கேதான்ம நீங்களும் இங்கேதான், இல்லையா?'' என்று மகள் மாலைவகுப்புக்கு போய் வரும் வேளைகளில் தெருவில் சுற்றிக் கொண்டிருக்கும் முரட்டுப் பையன் ஒரு நாள் அவளுக்கும் கேட்கவே மகளிடம் கூறியிருந்தான். ஆகவே மகளின் பாதுகாப்பு குறித்து நயனாவுக்கு அச்சம் தோன்றியிருக்கிறது.

மகனுக்கு தடிமன் பிடித்திருக்கிறது. மூக்கைச் சிந்தித் துடைக்கவேனும் கைக்குட்டையொன்று இருக்கவில்லை. தண்ணீரில் இறங்கி ஓடியாடி நடப்பதால் அவனது கால்களும் அரிப்பெடுத்திருக் கின்றன. பிள்ளைகளை ஒப்படைத்துவிட்டு வந்திருந்த வயதான பெண்மணியும் ஒரு நோயாளி. நீரிழிவுக்கும், உயர் இரத்த அழுத்தத்துக்கும் மருந்து பாவித்துக் கொண்டிருப்பவளின் அனைத்து நோய் மருத்துவப் பத்திரங்களும் கூட வெள்ளத்தில் போய்விட்டிருந்தன.

மகனின் ஆரம்பப் பாடசாலையே வெள்ள நிவாரண முகாமாக ஆகியிருந்தது. வகுப்புகளிலிருந்த பிள்ளைகளின் உபகரணங்கள், புத்தகங்கள், ஆக்கங்கள் ஆகியவையும் முழுவதுமாக சேதமாகிப் போயிருந்தன. பாதிக்கப்பட்ட அந்த மக்கள் அந்த முகாமிலிருந்து முழுமையாக வெளியேறும் வரைக்கும் பிள்ளைகளுக்கு பாடசாலையும் இல்லை. மகனுக்கென்றால் அந்தப் புதிய அனுபவம் மகிழ்ச்சியைக் கொடுக்கக் கூடிய ஒரு சந்தர்ப்பமாகவும் இருக்கிறது.

தமிழில் - எம். ரிஷான் ஷெரீப்

இருந்தாலும், இருண்ட மஞ்சள் நிற மின்குமிழ் இரவு முழுவதும் எரிந்து கொண்டிருக்கும், பூச்சிகளும் நுளம்புகளும் நிறைந்த, மக்களின் முணுமுணுப்புகளும், இருமல்களும், காறித் துப்பல்களும், குடிகாரர்களின் புலம்பல்களும் நிறைந்த அந்த முகாமில், இரும்புக் கால்களைக் கொண்ட பாடசாலைக் கதிரைகள் தரையோடு உரசுவதால் உடைந்து போன தரையின் மீது பௌத்த விகாரையால் தரப்பட்ட அழுக்குப் பாயில் உறங்குவதற்கென படுத்திருக்கும்போது 'அம்மா, நாங்க நம்ம வீட்டுக்குப் போறது எப்போ?' என்று மகன் எப்போதும் கேட்பான்.

சந்தன கோபத்திலிருந்தான். நிவாரண முகாமுக்குக் கொண்டு வந்து பகிரப்படும் பொருட்களைப் பெற்றுக் கொள்ள அவன் பெரிதும் விருப்பமின்றியே வரிசையில் நிற்பான். உணவும், குடிநீரும் தவிர்ந்த வேறெதற்கும் அவன் வரிசையில் நிற்பதில்லை.

'நாங்க பிச்சைக்காரர்களில்ல.. எங்களுக்கு வேறொண்ணும் தேவையில்ல' என்று கோபமாகச் சொல்வான்.

நிவாரணப் பொருட்களைப் பகிரும் குழுவினர் வந்தால் அயல்வீட்டுப் பெண்மணி பிள்ளைகளை மறந்து வரிசையில் முண்டியடிக்கச் சென்றுவிடக் கூடும். உடல் பலம் கொண்ட முரட்டு ஆண்கள் வந்து கொடுக்கப்படுபவற்றைப் பறித்துக் கொண்டு செல்வார்கள். அவர்களில் பலரும் வெள்ளத்தில் சிக்கியவர்களல்ல என்று பக்கத்து வீட்டுப் பெண்மணி கூறியிருக்கிறாள். பல ஊரார்கள் சேர்ந்திருக்கும் அந்த முகாம் மிகவும் சிக்கலானது. கிராம சேவக அதிகாரியான பெண்மணியால் மாத்திரம் அங்குள்ள சிக்கல்களைத் தீர்ப்பது சிரமமானது.

பக்கத்து வீட்டு பெண்மணியைச் சூழவும் எப்போதும் நிவாரணப் பொருட்கள் நிறைந்திருந்தன. பால்மா, பருப்பு, மீன் டின்கள், சீனி, தேயிலை, ஆடைகள், பயிற்சிப் புத்தகங்கள், பேனைகள், பென்சில்கள்,

வர்ணப் பெட்டிகள், விளையாட்டுப் பொருட்கள் எனப் பலவற்றையும் பொலிதீன் பைகளில் சேகரித்து வைத்திருந்தாள். அவள் பாவாடை சட்டை அணிபவள். இருந்தாலும், மகளிர் அமைச்சினால் கொண்டு வந்து இலவசமாகக் கொடுக்கப்பட்டிருந்த இளம்பெண்களின் உள்ளாடைகளையும் 'மகளுக்குக் கொடுக்கலாம்' என்று வாங்கி வைத்திருந்தாள். வெளியூரிலிருந்த மகள் வந்து நிவாரணப் பொருட்கள் நிரம்பிய பொதிகளை வாங்கிச் சென்றாளே தவிர, தாயை தன்னோடு கூட்டிக் கொண்டு போகவில்லை.

வீட்டுக்கு அருகாமையில் வசித்து வந்த திலினி இப்போது ஐந்து மாதக் கர்ப்பிணி. கர்ப்பிணிப் பெண்களை வைத்தியசாலையில் சென்று தங்கிக் கொள்ளுமாறு அறிவுறுத்தப்பட்டிருந்தது. எனினும் அவள் அங்கு சென்றால் அவளது ஏனைய இரண்டு குழந்தைகளையும் அவளது கணவனே கவனித்துக் கொள்ள வேண்டியிருக்கும். பிறகு வெள்ளத்தில் சிக்கியுள்ள அவர்களது வீட்டைத் துப்புரவு செய்வது யார்?

'கீழே படுக்க, உட்கார, எழுந்திருக்க ரொம்பக் கஷ்டமாக இருக்கு அக்கா' என்று திலினி எப்போதும் கூறுவாள். முகாமில் ஆடை மாற்றுவதில் கூட சிக்கல்களை எதிர்கொள்ள வேண்டியிருக்கிறது. மோசமான ஆண்களின் காமப் பார்வை எல்லாப் புறத்திலிருந்தும் மின்சார விளக்குகளைப் போல பளிச்சிட்டுக் கொண்டேயிருக்கிறது. எவ்வாறாயினும் அதுதான் இப்போது அவர்களின் இருப்பிடம்.

''நாங்கள் போவோம்'' என்று கூறியவாறு நயனா தனது கணவனின் கையைப் பிடித்தாள்.

''நீ போ... என்னால முடியாது'' என்ற அவன் கையைத் தட்டி விட்டான்.

இப்போது அவன் மிகவும் கோபமுற்றிருக்கிறான். முகாமில் ஒருவன் திடீரென கதிரைகளைக் கீழே தள்ளிப் பாய்ந்து தனது மனைவியைத் தாக்கியதை அவள் நேற்று காண நேர்ந்தது. ஏனையவர்கள் அவனைப் பிடித்து வேறு பக்கமாக இழுத்துச் சென்றார்கள். அந்தப் பிரச்சினையைக் கண்ட பொலிஸ் அதிகாரி சப்பாத்துக் கால்களுடன் நயனாவின் பாயை மிதித்தவாறு கடந்து சென்றார். அந்தச் சப்பாத்துக்களில் என்னென்ன அழுக்குகள் மிதிபட்டிருந்திருக்கக் கூடுமோ?

முகாமுக்குச் சென்ற நாளிலிருந்து குளிக்கவேயில்லை. பாடசாலையில் புதிதாக இணைக்கப்பட்டிருந்த தண்ணீர்க் குழாயினருகே கால்களில் ஒட்டிக் கொள்ளுமளவுக்கு சேறு நிறைந்திருந்தது. அவளது தலை அரிப்பெடுத்தது. தலைமயிர்களிடையே விரலை நுழைத்துப் பார்த்தாள். அழுக்கு எண்ணெய்ப் பிசுக்கு படிந்திருந்தது. கால்களும் அரிப்பெடுத்தன.

''மகளை நினைச்சாப் பயமாயிருக்கு... வீட்டைத் துப்புரவாக்க உதவுங்கன்னு, உதவிக்கு வந்திருக்குற அந்தத் தம்பிகள்கிட்ட சொல்லுவோம். வாங்க இப்ப போகலாம்.''

மகளின் நிலையைப் பற்றிச் சொன்னதும் சந்தனவின் மனம் மாறுவதை நயனா உணர்ந்தாள்.

கே.டீ. தர்ஷன

சிங்கள எழுத்தாளரும், படைப்பாளியுமான திரு. கே.டீ தர்ஷன களனி பல்கலைக்கழகப் பட்டதாரி ஆவார். இலங்கையில் அரச ஊழியராகப் பணியாற்றி வரும் இவரது சிறுகதைகள் பரவலாகப் பேசப்பட்டு வருகின்றன.

நீலச் சுழி

நான் பலமுறை அறைக்குள் எட்டிப் பார்த்து விட்டேன். அவள் இன்னும் உறக்கத்திலேயே இருந்தாள். அவளிடமிருந்து எந்தவித அசைவும் இல்லை. ஒருவேளை விடிகாலை தாண்டியும் விழித்திருந்ததால் இப்போதுதான் நன்றாக உறங்கிப் போயிருக்கக் கூடும். கதவின் திரைச்சீலை வழியாக நிறையத் தடவைகள் அவளை எட்டிப் பார்த்து விட்டதால் ஏதாவது சாப்பிட்டு விட்டு வரலாம் என்று சமையலறைப் பக்கமாகப் போனேன். அம்மாவும், அயல் வீடுகளிலிருக்கும் பெண்கள் சிலருமாக சேர்ந்து ஏதோ ஆழமான உரையாடலில் மூழ்கியிருந்தார்கள். எனக்கு, அதற்கு மேலும் முன்னால் அடியெடுத்து வைக்கத் தேவைப்படவில்லை. எனது பார்வை சுற்றி வரப் பார்த்து விட்டு சமையற்கட்டின் மீதிருந்த மூன்று அடுப்புக் கற்களின் மீதும் நிலைத்து நின்றது. பழைய சாம்பலும், நேற்றைய உணவின் மீதங்கள் படிந்திருந்த கழுவப்படாத பாத்திரங்கள் சிலவும் எனது கேள்விக்கு பதிலளித்தன. அங்கிருந்து நூற்றெண்பது பாகையில் திரும்பிய நான் மீண்டும் விறாந்தைப் பக்கமாகச் செல்ல முற்பட்ட போதுதான் தஸ்லீமா மாமியின் கண்ணீரைக் கண்டேன். ஏனென்று விசாரிக்கவோ, கவலைப்பட வேண்டாமென்று ஆறுதல் கூறவோ நேரமிருக்கவில்லை. நடையின் வேகத்தைக் குறைத்து மெதுவாக நடந்து சென்று மீண்டும் விறாந்தைப் பக்கமாகப் போனேன். திரும்பவும் கதவின் திரைச் சீலையை விலக்கிப் பார்த்தேன். அவள் இப்போதும் உறங்கிக் கொண்டிருந்தாள். என்றபோதும் எனக்கு அங்கிருந்து விலக மனம் வரவேயில்லை. அந்த இடத்திலேயே நின்று கொண்டிருந்தேன்.

சற்று நேரத்தில் அவளிடத்தில் அசைவுகள் தென்படுவதாக எனது

பார்வைக்குத் தோன்றியது. உண்மையிலேயே அப்படியேதும் நடக்கிறதா அல்லது எனது கண்களில் பார்வை ரேகைகள் அசைகின்றனவா என்பதைச் சடுதியாக என்னால் யோசிக்க முடியவில்லை. இல்லைம. மெய்யாகவே அவளிடம் அசைவொன்று தென்பட்டது. அவளுக்கு அருகாகச் சென்று பார்க்க நினைத்தேன். நானாக அல்ல தன்பாட்டிலேயே அவளருகே போய்விட்டிருந்தேன். முகம் குப்புறப் படுத்திருந்த அவளது முதுகு ஒரு வித தாளத்துக்கு ஏற்ப அசைந்து கொண்டிருந்தது. நான் அவளை சற்று நேரம் வெறித்துப் பார்த்துக் கொண்டிருந்து விட்டு அதற்கு மேலும் தாங்க இயலாத கணத்தில் அவளை எழுப்பினேன்.

‘பா... பாத்திமா...‘

அவள் படுத்திருந்த விதத்தில் ஒரு மாற்றமும் இல்லை. அதற்குப் பதிலாக முதுகில் தென்பட்ட அந்த அசைவு வேகமானது. அடுத்த சில நொடிகளில் அது மெல்லிய விம்மலாக வெளிப்பட்டது.

‘பாத்திமா‘

அவள் எழுந்து கொள்ளவில்லை. மாறாக விம்மல், அழுகையாக மாறியது. எனது இதயம் வேகமாகத் துடிக்கத் தொடங்கியது. அடுத்த கணத்தில் நடந்தது, எவ்வாறு நிகழ்ந்தது என்று எனக்குத் தெரியவில்லை. பாத்திமா எனது தோளில் தலைசாய்த்து விம்மிக் கொண்டிருந்தாள். அதை உணர்ந்த முதல் நொடியிலேயே அவளை இறுகப் பற்றிப் பிடித்து கட்டிலில் அமரச் செய்தேன். எனது உள்ளங்கையில் எதையோ உணரவும், சந்தேகத்தோடு அவளது தலையிலிருந்து கையை விடுவித்துக்கொண்டு எனது பார்வைக்குக் கொண்டு வந்தேன். நான் சந்தேகப்பட்டது சரிதான் என்பது புரிந்தது. ஆனாலும்ம ஆனாலும் திடீரென எனது உள்ளங்கைக்கு சூடான குருதி எங்கிருந்து வந்ததென்று எனக்குத் தெரியவில்லை.

‘பாத்திமா இங்க பாருங்க. உங்க தலையில ஏதோ காயம் பட்டிருக்கு போலம இங்க பாருங்க... என்னோட கையில ரத்தம் பட்டிருக்கு...‘

அவள் அதை ஏறெடுத்துப் பார்க்காமலேயே எனது கையைத் தட்டி விட்டாள்.

‘நான் சொல்றது உங்களுக்குப் புரியலையா பாத்திமா? உங்க தலைல காயம் பட்டிருக்கு...‘

‘என்னை சும்மா இருக்க விடுங்க...‘

‘நான் உங்களை என்ன பண்ணினேன்?‘

பாத்திமா அவளது இடது காதை எனது பக்கமாகத் திருப்பினாள். கடவுளே! காது மடல் கிழிந்து காய்ந்த இரத்தம் கட்டியாகிப் படிந்திருந்தது. அந்த கட்டியை நனைத்தவாறே புதிய குருதி வெள்ளமாகப் பெருக்கெடுக்கத் தொடங்கியிருந்தது. அவளை நான் படுக்கையிலிருந்து இழுத்தெடுத்து அமரச் செய்த வேளையில் அந்தப் பழைய காயம் மீண்டும் விரிசல் கண்டிருக்கக் கூடும் என்பது அப்போதுதான் எனக்குப் புரிந்தது.

‘இருங்க பாத்திமா, ஐயோ... என்னை மன்னிச்சிடுங்க...‘ என்று மாத்திரமே என்னால் சொல்ல முடிந்தது. அதற்குள் வார்த்தைகள் வராமல் ஊமையாகிப் போய் விட்டிருந்தேன். எங்களுடைய விழிகள் ஒன்றையொன்று மோதிக் கொண்டன. என்னிடம் சொல்வதற்கு வார்த்தைகள் எதுவும் இருக்கவில்லை. அவளுக்கும் அப்படித்தான் இருந்திருக்குமோ தெரியாது. ஆனால் அந்த விழிகளில் ஆழ்ந்த வேதனையோடு கோபமும் படிந்திருந்ததாக பின்னர் எனக்குத் தோன்றியது. அந்த முகத்தில் தெரிந்தது, இரத்தம் வடிந்து கொண்டிருந்த காயத்தால் எழுந்த வலியல்ல என்பது புரிந்தது. விம்மிக் கொண்டிருந்த பாத்திமாவை கட்டில் விளிம்பில் சாய்ந்து அமர்ந்திருக்க வைத்து விட்டு நான் சமையலறைக்கு ஓடிப் போனேன்.

'மகனோட கைக்கு என்ன நடந்தது? ஏதாவது காயம் பட்டுச்சா?' என்று அம்மா பதறினாள். எனது கை காயமாகியிருப்பதாக அவள் நினைத்து விட்டாள். அது இன்னொருவருடைய இரத்தம் என்பது அம்மாவுக்கு விளங்கவில்லையா? எல்லா இரத்தங்களும் ஒன்று போலவே இருக்கின்றன. எனது இரத்தத்துக்கும், கையிலிருக்கின்ற இந்த இரத்தத்துக்கும் இடையே எவ்வித வேறுபாடுகளும் தென்படாத போதிலும், தொடர்ந்தும் பற்றியெரிந்து கொண்டிருக்கும் இனவாதத் தீயை வரையறுக்க என்னிடம் யாதொரு கோட்பாடும் இல்லை. நேற்று நள்ளிரவில் தொடங்கிய இனக் கலவர வேட்டை, நெடுங்காலமாக மோப்பம் பிடித்துக் கொண்டிருந்த இரத்தப் புடையன்களது சதித் திட்டத்தின் பெறுபேறாக இருந்திருக்கா விட்டால், இன்று எனது கையில் இரத்தமும் இல்லை, எனது கட்டிலில் பாத்திமாவும் இல்லை.

'பாத்திமாவோட காதுல காயம் பட்டிருக்கு...'

தஸ்லீமா மாமி பதற்றப்படவில்லை. அதற்குப் பதிலாக சுவரில் சாய்ந்து நின்று கொண்டிருந்த அவரது உருவம் மெதுமெதுவாகக் கீழே சரிந்து அப்படியே தரையில் அமர்ந்து விட்டார். தஸ்லீமா மாமியின் மெலிந்த சரீரம் எந்தளவு கனத்தது என்பது அவர் நின்றிருந்த இடத்தின் சுவரில் படிந்திருந்த தடத்திலிருந்து எனக்குப் புரிந்தது. அவர் அணிந்திருந்த பர்தாவைத் தாண்டி, குச்சிகள் போன்றிருந்த முதுகெலும்புக் கூட்டின் அடையாளம் கூட சுவரில் படிந்திருந்தது. அதற்குள் அம்மா அறைக்குள் போய் விட்டிருந்தாள். மாமி அதே இருப்பில் அமர்ந்திருந்தார். அறைக்குள் ஓடிப் போனேன். நான் கதவின் திரைச் சீலையை நகர்த்தி உள்ளே நுழையும் போதே, அம்மா ஈரத் துணியொன்றால் பாத்திமாவின் காதைத் துடைத்துக் கொண்டிருந்தாள். அந்தப் புடைவைத் துண்டும், தண்ணீரைக் கொண்டிருந்த பிளாஸ்டிக் கோப்பையும் கூட அதே சிவப்பில் நிறமேறிப் போயிருந்தன.

'ஆஹ்...'

‘பொறுக்கிகள்....‘

‘ம்மா... ஆஹ்‘

‘மகன் போய் மருந்துப் பெட்டியை எடுத்துட்டு வா... அவங்க இந்தப் பிள்ளைட காதை சிதைச்சிருக்காங்க...‘

‘காதுல எப்படிக் காயம் பட்டது பாத்திமா?‘

பாத்திமா எனது கேள்வியைக் காதில் வாங்கிக் கொள்ளாததைப் போல இருந்ததால், நான் அக்காவின் அறையில் வைக்கப்பட்டிருந்த மருந்துப் பெட்டியைக் கொண்டு வந்து சற்று ஓசையெழும் விதமாகவே அங்கிருந்த சிறிய மேசை மீது வைத்தேன். அவள் திரும்பிப் பார்த்தாள். பின்னர் மீண்டும் மறுபுறமாகத் திரும்பி விம்மத் தொடங்கினாள்.

‘வாப்பாவுக்கு அவங்க அடிச்சப்போ நான் கத்திக் குழறிக் கொண்டு அவங்க மேல பாய்ஞ்சேன். அப்பதான் அவங்க என்னோட தோட்டையும் சேர்த்து....‘ என்றவள் வாக்கியத்தை முடிக்காமலேயே விம்மினாள். என்னைப் போலவே அம்மாவும் தனது மனதுக்குள் அந்த வாக்கியத்தைப் பூரணப்படுத்திக் கொண்டிருக்கக் கூடும்.

அவளது கிழிந்த காது மடலுக்கு அம்மா மருந்திட்டு பிளாஸ்டர் ஒட்டிய வேளையில் எனது விழிகளிலிருந்த கண்மணிகளில் எதையோ வித்தியாசமாக உணர்ந்தேன். அது எவ்வாறானது என்பதை விபரிப்பது கடினம். வித்தியாசத்தை உணர்ந்த அந்தக் கணத்திலேயே பாத்திமாவின் காயமடைந்திருந்த காது மடல் கரு நீல நிறமாக மாறத் தொடங்கியது. அது கொஞ்சம் கொஞ்சமாக அதிகரித்து காது முழுவதையும் நீல நிறப் படலமொன்று மூடியது. எனது விழிகளில் எரிச்சலை ஏற்படுத்தியவாறே அந்த நீலப் பனிப் படலமானது, நீர்ச் சுழியொன்றைப் போலச் சுழன்று அவளது காதுக்குள் நுழையத் தொடங்கிற்று. கணப்பொழுதில் மொத்த அறையும் அடர்ந்த நீலப் பனியால் மூடுண்டு என்னையும் சுழற்ற ஆரம்பித்தது. முதலில்

அம்மாவின் கையிலிருந்த ஈரத் துணித் துண்டு அச் சுழல் காற்றில் அகப்பட்டு பாத்திமாவின் காதுக்குள் இழுபட்டுச் சென்றது. பிறகு பிளாஸ்டிக் கோப்பை. அவற்றைத் தொடர்ந்து சிறிய மேசை, பூச் சாடி, எனது மேசை மீதிருந்த புத்தகங்கள், இன்னும் என்னென்னவோ எல்லாம் அந்த நீல அந்தகாரத்துக்குள், அவளது காதுக்குள் இழுபட்டுச் சென்று காணாமல் போயின. அம்மாவின் உருவம் காணாமல் போய் நானும் சுற்றிச் சுழல்வது எனக்கு விளங்கியது. ஒரு கேமரா முடுக்கப்படும் கணம் போன்ற மிகக் குறுகிய காலத்துக்குள் நானும் உள்ளே ஈர்க்கப்பட்டுச் சென்று விட்டேன். அந்த அனுபவம் பயங்கரமானது. சிறிய வாக்கியத்தினாலேயோ, ஒரு நீண்ட வாக்கியத்தினாலேயோ கூறி முடிக்க முடியாத அளவுக்கு பயங்கரமானது. நாங்கள் பாரிய படுகுழியொன்றுக்குள் இழுக்கப்பட்டு சுழன்று கொண்டிருப்பதாக எனக்குத் தோன்றியது. அந்தப் பயணத்தின் இடையில் ஒருவரையொருவர் முட்டி மோதிக் கொண்டும், அழுது புலம்பியவாறும் வரையறையற்ற அச்சத்தால் எழுப்பிய ஓலமானது, ஒடீஸியஸைக் கூட அசைத்துப் பார்த்திருக்கும். நீலச்சுழிக்குள் சிக்குண்டிருந்தவைகளிடையே வெளியுலகத்தின் வரையறைகளுக்கேற்ப, ஒரேயொரு உயிர்ப் பிராணி நான் மாத்திரம்தான். என்றாலும், அங்கிருந்த அனைத்திடமும் தனித் தனியான ஓலங்கள் இருந்தன. அனைத்துக்கும் குரல்கள் கூட இருந்தன. அனைத்தும் ஒன்றோடொன்றென தம் உடல்களின் மீது மோதிக் கொண்டிருந்தன. அங்கிருந்த அனைத்தும் வலியையும் அனுபவித்தன. எனது சிறிய மேசை எழுப்பிய வேதனை முனகல், உள்ளத்தை உருக்கக் கூடிய அளவுக்கு உணர்வு பூர்வமாயிருந்தது. மேசை மீது வைத்திருந்த புத்தகங்கள் அனைத்தையும் நான் வாசித்திருக்காத காரணத்தால் அவை ஒவ்வொன்றும் எழுப்பிய ஓலங்கள் யாருடையவை என்பதை தனித்தனியாக என்னால் இனங்கண்டுகொள்ள இயலவில்லை. அங்கு பேராசிரியர் நளிந்த சில்வாவின் குரல் மிக மெலிதாக எனக்குக்

கேட்டது. அவர் ஏதேதோ முணுமுணுத்துக் கொண்டிருந்தார். திடீரெனச் சுழன்று வந்த கனத்த அட்டையைக் கொண்ட புத்தகமொன்று எனது நெற்றியில் பட்டது. நான் பின்னால் எறியப்பட்டேன். அதற்கிடையில், விரைவாக அதலபாதாளத்துக்குள் சென்று கொண்டிருந்த, பாத்திமாவின் குளிர்ந்த இரத்தம் படிந்த துணித் துண்டு எனது நெற்றியில் விழுந்தது. நான் அதைக் கையிலெடுத்து கோபத்தோடு சுருட்டி உருண்டையாக்கி அந்தப் புத்தகத்தை நோக்கி வீசியடித்தேன். அந்தப் புத்தகம் கனத்த குரலெழுப்பியவாறு ஏதோ வசனங்களை உச்சரிக்கத் தொடங்கிற்று.

'இப்போது இப் பிரபஞ்சத்தின் மற்றுமொரு யுகத்தில் நாங்கள் வாழ்ந்து கொண்டிருக்கிறோம்

இங்கு எழுந்துள்ளது நமது அக ஆத்மாவா எனப் பாருங்கள்

இது நமதேயான அக ஆத்மா அல்லாவிடின் வேறேதேனும் சக்தியா?

இதைப் புரிந்து கொள்ள வேண்டாமா?...'

அந்த வசனங்கள் உச்சரிக்கப்பட்டுக் கொண்டிருந்த போதே 'ஸ்லாங்' எனும் ஓசையோடு சுழற்சி நின்றது. தொடர்ச்சியாக சுழன்று கொண்டேயிருந்ததால் எனக்கு வாந்தி வரும் போல இருந்தது. நான் தரையில் படுத்துக் கொண்டேன். என்னுடனே படுகுழிக்குள் தள்ளப்பட்டிருந்த புத்தகங்களும், ஏனைய பொருட்களும் ஒவ்வொன்றாகக் கீழே விழத் தொடங்கின. திரும்பவும் அந்த ஈரத் துணித் துண்டு எனது தலையிலேயே விழுந்தது. அனைத்தையும் அடித்துத் தள்ளி விட்டு சிறிய மேசையின் விளிம்பில் முதுகைச் சாய்த்து அமர்ந்து கொண்டதும்தான் நான் எங்கேயிருக்கிறேன் என்பதைக் கண்டு கொண்டேன். அது ஊரிலிருந்த பௌத்த விகாரையின் போதி மரத்தடி. மரத்தடியின் அருமையான குளிர்ச்சியும், இதயத்தைப்

பிளக்கின்ற செறிவான ரசாயன வாடையும் அங்கிருந்தன. படுகுழிக்குள் விழுந்ததால், நான் மிகவும் களைப்புற்றிருந்தேன். இருந்தும் மிகுந்த சிரமத்தோடு எழுந்து, புத்தர் பெருமானைச் சுற்றி வலம் வரத் தொடங்கினேன். சற்று தூரம் நடந்த பிறகுதான் நான் தவறான திசையில் வலம் வந்து கொண்டிருப்பது புரிந்தது.

'இடதுசாரிகள்தானே... அதனால் பரவாயில்லை...'

திடுக்கிட்டுப் போனேன். யாரது? யாருடைய குரல் இது..? யாரும் தென்படவில்லை. கண்ணுக்கெட்டிய தொலைவு வரை எவரும் இல்லை. தொலைவில் பச்சை நிற மரங்களுக்கிடையே கடும் செம்மஞ்சள் நிறத்தில் நிர்மாணிக்கப்பட்டுக் கொண்டிருந்த சிலைகளின் வரிசையும், அவற்றின் கீழே அவற்றுக்கு வர்ணம் பூசிக் கொண்டிருந்த சாயம் பூசுபவர்களும் மாத்திரம்தான் அங்கிருந்தார்கள். ஒருவேளை படுகுழியில் விழுந்ததால் உருவான தலை சுற்றலின் பலனாக இந்தக் குரல் கேட்டிருக்கக் கூடுமென்று நினைத்தேன். மீண்டும், புதிதாக வர்ணம் பூசப்படும் அந்தச் சிலைகளிலிருந்து எழுந்த கடுமையான வாடை எனது மூக்கைத் துளைத்தது.

'இடதுசாரிகள்தானே... அதனால் பரவாயில்லை...'

மீண்டும் அதே குரல்!

ஓஹ்...! என்னுடனேயே படுகுழிக்குள் தள்ளப்பட்டிருந்த ஒரு புதிய கவிதைத் தொகுப்பிலிருந்து அந்தக் குரல் வந்திருந்தது. வாசிக்குமளவுக்கு பெறுமதியுள்ள புத்தகமாக அது எனக்குத் தோன்றாததால் அதனை நான் ஒரு புறமாகப் போட்டு வைத்திருந்தேன். அங்கு அப் புத்தகத்தைக் கையிலெடுத்து சும்மா வாசித்துப் பார்க்கத் தோன்றிய போதும், எனது பசி அதற்கு இடமளிக்கவில்லை. நான் தொடர்ந்தும் இடப்புறமாகவே புத்தர் பெருமானை வலம் வந்து கொண்டிருந்தேன். இருபத்தெட்டு புத்தர் சிலைகள் முடிவடையும்

இடத்தில், சரியாகச் சொன்னால் தீபங்கர புத்தர் சிலையின் அருகே நான் நின்றிருந்தேன்.

'தீபங்கர புத்த பிரானே, எனக்குத் தெளிவான விளக்கத்தைத் தாருங்கள் ஸ்வாமி...'

நான் நிறுத்தாமல் சாப்பிட்டுக் கொண்டேயிருந்தேன். வெகுநேரமாக பட்டினியில் கிடந்ததால் மூன்றாவது சோற்றுக் கவளத்தை விழுங்கிய வேளையில் எனது தொண்டையில் விக்கியது. படையலில் வைக்கப்பட்டிருந்த தண்ணீரைக் கொஞ்சம் அருந்தி விட்டு, மீண்டும் சாப்பிடத் தொடங்கினேன். தீபங்கர புத்தரிடமிருந்து தெளிவான விளக்கத்தைப் பெற்றவனாக நான் அங்கேயே மணற் தரையில் சாய்ந்து படுத்துக் கொண்டேன்.

★★★

'என்னோட மகளுக்குன்னு சேர்த்து வச்சிருந்த பல லட்சங்கள் மதிப்புள்ள தங்க நகைகள் நிறைய இருந்துச்சும அதையெல்லாத்தையும் கொண்டு போயிட்டாங்க... மகன் ரத்தினக் கற்கள் தோண்டுற இடத்துல வேலை செஞ்சதால கிடைச்ச சின்னச் சின்ன ரத்தினக் கற்களை எல்லாம் சேகரிச்சு அலுமாரியில் வச்சிருந்தான். அதையெல்லாத்தையும் கூடக் கொண்டு போயிட்டாங்க ஐயா.... ஐயோ...! அல்லாஹ்தான் இருக்கான்...'

எம்முடன் ஒரே வகுப்பில் படித்த நூர்தீனின் அம்மா பெருமூச்சு விட்டவாறு கூறுகிறார். போலிஸ்காரர் முறைப்பாட்டைக் கேட்டு எழுதிக் கொள்கிறார். ஆனால் நூர்தீனின் அம்மா கூறிய அளவுக்கு நீண்ட வாக்கியங்கள் எவையும் போலிஸின் ஏட்டில் எழுதப்படவில்லை என்பதை நான் காண்கிறேன். முறைப்பாட்டை எழுதும் அதிகாரி வெட்டிக் கொத்தி செதுக்கிய சில வாக்கியங்கள் மாத்திரம் ஏட்டில் பதிவாகின்றன.

'என்னோட ரெண்டு சேவல்களையும், கோழியையும் கூட கொண்டு போயிட்டாங்க ஐயா...!' என்றும் அவர் ஓலமிடுகிறார்.

அவரது விழியோரமாகப் படிந்திருந்த கண்ணீர்ப் படலத்தின் மீது, மேலும் கண்ணீர் கீழ் நோக்கி வழிகையில் நூர்தீனின் அம்மா மயக்கமாகி விடுகிறார். சரியாக அந்தக் கணத்திலேயே ஓஐசீயின் அறையிலிருந்து வெளியே வந்த தடியன் ஒருவன் என்னை இழுத்துக் கொண்டு தாழ்வாரம் வழியே நடக்கத் தொடங்கினான். இரும்பினாலான கை விலங்குகளுக்குள் அகப்பட்டிருந்த எனது கைகளிரண்டும் வேதனை தருகின்றன. அணுவளவேனும் அனுதாபம் காட்டாமல், அவன் எனது கழுத்தைப் பிடித்து சிறைக்குள் தள்ளி கதவைப் பூட்டுகிறான். சற்று நேரம் கழித்து எமது குழுவிலேயே இருந்த பையன்கள் எட்டுப் பேரை நான் இருந்த சிறைக்கே கொண்டு வந்து அடைத்து விடுகிறான் அதே தடியன்.

அவ்வேளையில் அச்சிறை அறைக்குள் கதைத்துக் கொள்ளப்பட்ட விடயங்கள் பலவும் அந்தளவுக்கு முக்கியத்துவம் வாய்ந்தவையல்ல. அந்தி நேரமாகும் போது வெளியே போய் விடலாம் என்று அவர்கள் கதைத்துக் கொண்டது மாத்திரம் அனைத்தையும் விட முக்கியமானது. நான் எந்தக் குற்றமும் செய்திருக்கவில்லை. எனினும் சிறைக்குள் தள்ளப்பட்டதன் பிறகு, அந்தளவு விரைவாக வெளியே வர முடியுமா என்ன? தடியன் கூறிய விதத்தில், நாளை ஓஐசீ எம்மை நீதிமன்றத்துக்கு அனுப்பி வைப்பார். அவ்வாறில்லாமல் ஊருக்குப் புறப்பட்டுப் போவதைப் போல, இந்த நாய்க் கூண்டிலிருந்து இலகுவாக வெளியே வர முடியுமென்று எனக்குத் தோன்றவில்லை. மனதை ஆற்றுப்படுத்திக் கொள்ள வேண்டும் என்பதால் இவர்கள் ஆறுதல் கதைகளைப் பகிர்ந்து கொள்கிறார்களாக இருக்கும். எனக்கு இதழோரமாக சிரிப்பும் வந்தது.

அந்தி நேரம் கடந்து இருள் சூழ்ந்தது. தாழ்வாரத்தில் மின்விளக்கு ஒளிர்ந்த போதிலும் எமக்கு மேலேயிருந்த மின் விளக்கு எரியவில்லை.

மேலே தொலைவாகத் தெரிந்த காற்று இடைவெளி வழியே இருள் இன்னுமின்னும் இந்த நாய்க் கூண்டுக்குள் சேகரமாகிக் கொண்டிருந்தது. நானும், ஏனைய எட்டு நாய்களும் எவ்வித மூச்சும் பேச்சுமற்று அப்படியே விழுந்து படுத்துக் கிடந்தோம். உறக்கம் வரும் சமயத்தில் கதவு திறக்கப்படும் சப்தம் கேட்டது. எங்களில் சிலர் மட்டும் விழித்துக் கொண்டோம். அந்தத் தடியன் வந்திருந்தான்.

'ஒவ்வொருத்தனா வெளியே வாங்கடா.'

தடியனும், அவனுடன் இன்னும் இரண்டு அதிகாரிகளும் எங்களை ஒவ்வொருவராக வெளியே இழுத்தெடுத்து கை விலங்குகளை இட்டு வரிசையாக நிற்க வைத்தார்கள்.

'எதற்காக இது..? எங்களை நீதிமன்றத்துக்கு அனுப்பப் போறாங்களா?'

நான் பக்கத்தில் நின்ற நாயொன்றிடம் கேட்டதும், அவன் பதிலளிக்காமல் நக்கலாகச் சிரித்தான். அப்போதிலிருந்து நான் வாயை மூடிக் கொண்டு என்ன நடக்கப் போகிறதோ என்று அமைதியாகப் பார்த்துக் கொண்டிருந்தேன். சற்று நேரம் கடந்து போனது. மேலே தொலைவில் தெரிந்த காற்று இடைவெளி வழியே மேலும் கொஞ்சம் இருள் சேகரமாகத் தொடங்கியது. பிறகு எம்மைக் கடந்து நேராக நாய்க் கூண்டின் உள்ளே சென்றது. சற்று நேரத்தில் ஓஐசீயும், வெள்ளை நிறத்தில் காற்சட்டையும், மேற்சட்டையும் அணிந்த மேலும் சிலரும் நாங்கள் இருந்த பக்கமாக வந்தார்கள். 'அட... அமைச்சர்.'

தொலைவில் இருந்ததால் அவரை அடையாளம் கண்டுகொள்ள முடியாமல் போய் விட்டது. நாய்கள் தமது வால்களை ஆட்டத் துவங்கின. அவற்றின் வாயிலிருந்து வீணீர் பெருக்கெடுத்து வழியத் தொடங்கியது. எனதருகே நின்றிருந்த நாயுடைய வாயின் இரு ஓரங்களிலிருந்தும் வீணீர் பெருக்கெடுத்து வழிந்து கொண்டிருந்தது.

அமைச்சர் தனது கையிலிருந்த பையிலிருந்து வெளியே எடுத்த எட்டு எலும்புத் துண்டுகளையும் வரிசையாக நின்றிருந்த எங்களுக்கு முன்னால் போட்டார். எனக்கு மாத்திரம் இடவில்லை. நான் அமைச்சரின் முகத்தைை ஏறிட்டுப் பார்த்தேன். அவர் என்னைக் கண்டுகொள்ளவில்லை. இன்னும் சில எலும்புத் துண்டுகள் பைக்குள் எஞ்சியிருப்பதை நான் கண்டேன். எட்டு நாய்களும் வீணீர் வழிய வழிய தரையில் அமர்ந்து எலும்புத் துண்டுகளைச் சுவைத்தன. நான் நின்றுகொண்டே இடையிடையே அமைச்சரையும், எலும்புத் துண்டுகள் இடப்பட்டிருந்த பையையும், எட்டு நாய்களையும் மாறி மாறி பார்த்துக் கொண்டிருந்தேன். நான் பார்த்துக் கொண்டிருந்த போதே அமைச்சரின் கை மீண்டும் பைக்குள் போயிற்று. எனது வாயோரத்திலும் வீணீரை வழிய வைக்க நான் முயற்சித்தேன். அது அந்தளவு இலகுவானதாக இருக்கவில்லை. அமைச்சர் எறிந்த எலும்புத் துண்டொன்று ஓஜஸீயின் பற்களிடையே நெறிபட்டது. எஞ்சிய சிலவற்றை அருகேயிருந்த ஏனைய அதிகாரிகளிடம் வீசியெறிந்த அமைச்சர் திரும்பி நடக்கத் தொடங்கினார். அதிகாரிகளும் தரையில் மண்டியிட்டு எலும்புத் துண்டுகளை சுவைக்கத் தொடங்கினார்கள். அந்தத் தடியன் கீழ் நோக்கிக் குனியும்போதே அவனின் வாயிலிருந்து வழிந்த வீணீர் படலமொன்று எலும்புத் துண்டின் மேலே விழுந்து, மின்விளக்கு வெளிச்சத்தில் அது, வெண்ணெய் தடவப்பட்டது போல பளபளக்கத் தொடங்கியது.

எலும்புத் துண்டு விளையாட்டு முடிந்தது. மீண்டும் நாய்க் கூண்டுக்குள் போக வேண்டியிருந்தது. இந்தத் தடவை நான் மட்டுமே நாயாக இருந்தேன். ஏனைய அனைவரும் அமைச்சருடைய உத்தரவின் பேரில் விடுதலை செய்யப்பட்டிருந்தார்கள். 'அந்தி நேரமாகும் போது வெளியே போய் விடலாம்' என்று கூறப்பட்டதன் உண்மையான அர்த்தம் இப்போதுதான் எனக்குப் புரிந்தது. வெங்காரை மரத்தின் தடி, முஸ்லிம் கடை முதலாளியின் தலையைத் தாக்க முன்பு அதைப்

பறித்தெடுத்தவன் நான். அந்தப் பாவத்துக்கு நான் நாய்க் கூண்டுக்குள் அவதிப்பட்டுக் கொண்டிருக்கிறேன். தலையைச் சிதறடிக்க தடியை உயர்த்தியவர்கள்தான் எலும்புத் துண்டுகளைச் சுவைத்தவர்கள். அது போதாதற்கு இப்போது விடுதலை செய்யப்பட்டு வெளியேயும் போய் விட்டார்கள். எப்படியோ, நான் அன்று போதி மரத்தடியில் படுத்துக் கொண்ட பாவத்துக்கான நஷ்ட ஈட்டை இவ்வாறு செலுத்த நேர்த்திருக்கலாம், இல்லையா? ஆனால் கடவுளே, புத்தர் பெருமான் ஒரு கிழமையாக போதி மரத்தில் சாய்ந்திருந்தாரே. கொழும்பு, புறக்கோட்டையில் இருக்கும் போதி மரத்தின் மீது தினந்தோறும் எத்தனை எத்தனை யாசகர்கள் சிறுநீர் கழிக்கிறார்கள்? அவ்வாறிருக்கும்போது நான் சில மணித்தியாலங்கள் போதி மரத்தடியில் படுத்துக் கொண்டால் என்ன குறைந்து விடப் போகிறது? எதுவாக இருந்தாலும் இப்போது எல்லாமுமே நடந்து முடிந்து விட்டன. நாளை வெட்கமேயில்லாமல் நான் நீதிமன்றத்துக்கும் போக வேண்டியிருக்கும்.

'டேய்...'

வெளியேயிருந்து சத்தம் கேட்டது. நான் அமர்ந்திருந்த இடத்திலிருந்து எழுந்து அவ்விடத்திலிருந்தே தாழ்வாரத்தைப் பார்த்தேன். அந்தத் தடியன் நின்றிருந்தான்.

'வந்து சோத்தை எடுத்துட்டுப் போடா...' என்றதும் எனக்கு அம்மாவின் வார்த்தைகள் நினைவுக்கு வந்தன.

'நீ யாரையடா கூப்பிடுறாய் பொறுக்கி... கூட்டுல இருந்தாலும் நான் நாய்னு நினைச்சியா?' என்று கூற எனக்குத் தோன்றிய போதிலும், நான் எதுவும் கூறவில்லை. மனதுக்குள் முணுமுணுத்து விட்டு இரும்புக் கம்பிகளின் கீழேயிருந்த இடைவெளியால் சோற்றுப் பீங்கானையும், தண்ணீர்க் கோப்பையையும் பெற்றுக் கொண்டேன். திரும்பவும் முன்பு

அமர்ந்திருந்த இடத்துக்கே வந்து அவற்றை ஒரு மூலையில் வைத்து விட்டு அறையை மூன்று சுற்றுச் சுற்றி விட்டு வந்து அமர்ந்து கொண்டேன்.

நேற்று களைப்பும், பசியும் சேர்ந்திருந்ததால் சட்டென்று அங்கிருந்த படையலை விழுங்கி விட்டு மணற்தரையில் சாய்ந்து கொண்டது நினைவிருக்கிறது. திரும்ப விழித்துப் பார்த்தபோது நள்ளிரவு கடந்து விட்டிருந்தது. அந்த விடிகாலைப் பொழுதில் நானாக விழித்துக் கொள்ள முன்னரே, போதி மரத்தடியில் கேட்ட கலவர ஓசைகளால் விழிப்பு வந்து விட்டிருந்தது. உடனடியாக எழுந்து அமர்ந்து கொண்டேன். உறக்கத்திலிருந்து விழித்து நிஜ உலகத்துக்கு வரும்போதே, கட்டப்பட்டுக் கொண்டிருந்த சிலைகளின் அருகிலிருந்து எழுந்த வாடை முகத்திலடித்தது. இரண்டாவது தடவை சோம்பல் முறிக்க எனக்கு சந்தர்ப்பம் கிடைக்கவில்லை. அந்தக் கலவரக் குழு போதி மரத்தடிக்கே வந்திருந்தது. அது குண்டாந்தடிகளையும், வாள்களையும் கையிலேந்திய ஆண்கள் படையொன்று. இளைஞர்கள், முதியவர்கள், நடுத்தர வயதினர்கள் என கிட்டத்தட்ட ஐம்பது பேர்களைக் கொண்ட குழு. என்னால் எதுவும் செய்ய இயலவில்லை. கண்ணிமைக்கும் நேரத்தில் அடுத்து நடக்கப் போவது என்னவென எனக்கு விளங்கவில்லை. நான் கண்களைக் கசக்கிப் பார்த்தேன். கைகளைக் கிள்ளிப் பார்த்தேன். அது கனவில்லை. நிஜம். நானும் எழுந்து அந்த குண்டாந்தடிகளையும், வாள்களையும் ஏந்தியிருந்த குழுவினரோடு இணைந்து கொண்டேன். ஏதோவொரு விடயம் குறித்து உசுப்பேற்றப்பட்டிருந்த அவர்களுக்கு நான் ஒரு பொருட்டாகவே தெரியவில்லை. ஓரிருவர் எனது தோளில் கையைப் போடவும் தொடங்கியிருந்தார்கள். சற்று நேரத்தில் தலைமைப் பிக்கு போதி மரத்தடிக்கு வருகை தந்தார். அனைத்து ஓசைகளும் அடங்கிப் போயின. ஒரு சிறு சத்தம் கூட இல்லை.

‘எல்லோரும் புத்த பிரானை வணங்கி நமஸ்காரம் செய்து கொள்ளுங்கள்...‘

என்ன நடந்து கொண்டிருக்கிறது இங்கே? வாள்களையும், தடிகளையும் ஏந்தியவாறு புத்தரை வணங்கச் சொல்ல இந்த பிக்குவுக்கு என்ன பைத்தியம் பிடித்திருக்கிறதா? இல்லை. உண்மைதான்! புத்த பிரான் அங்குலிமாலாவையும் இவ்வாறுதானே தட்டிக் கேட்டார். எதற்கும் இருக்கட்டும் என்று நானும் வணங்கி வைத்தேன்.

‘இடதுசாரிகளையும், தூய பக்தர்களையும் புற வாசலால் துரத்தி விடுங்கள்...‘ என்று அந்தக் கவிதைத் தொகுப்பு ஓலமிடத் தொடங்கியது. அதிர்ஷ்டவசமாக அந்த ஓசை ஏனையவர்களுக்குக் கேட்கவில்லை. நான் ஒவ்வோர் அடியாக அடியெடுத்து வைத்து பின்னால் நகர்ந்து சென்று சிறிய மேசையை எடுத்து கவிதைத் தொகுப்பின் மேலால் வைத்து விட்டு, அதே பாதச் சுவடு வழியே திரும்பவும் வந்து அப் படையோடு சேர்ந்து கொண்டேன். பூஜை வழிபாடுகள் பூர்த்தியடைந்தன. தலைமைப் பிக்கு தொண்டையைச் செருமியவாறு உபதேசத்தை ஆரம்பித்தார்.

‘நீங்கள் எல்லோரும் இதை நன்றாகக் கேட்டு விளங்கிக் கொள்ள வேண்டும். நீங்கள் இப்போது போகப் போவது கொலைகள் செய்யவோ, அப்பாவி மக்களைத் தொந்தரவு செய்யவோ அல்ல. மேன்மை மிக்க இந்த பௌத்த மதத்தையும், சிங்களவர்களையும் பாதுகாக்கும் புண்ணிய கருமத்துக்காகத்தான் செல்கிறீர்கள். அவ்வாறே...‘

‘ஆகட்டும்...! ஆகட்டும்...! ஆகட்டும்...!‘

‘அவ்வாறே துட்டகைமுனு மன்னன் கூறியிருக்கும் வாக்கியத்தை நீங்கள் அனைவரும் உங்கள் மண்டைகளுக்குள் ஏற்றி வைத்திருப்பது நல்லதும‘

'ஆகட்டும்... ஆகட்டும்...'

ஆகட்டும் என்று முழங்கிய குழுவினரின் ஆமோதிப்பு ஓசைகளும், பிக்குவின் மென்மையான குரலில், ஆனால் கடுமையாகக் கூறப்பட்ட உபதேசங்களும் அனைவரிடமுமிருந்த வாள்கள், தடிகள் மென்மேலும் உயர்த்தப்பட ஏதுவாய் அமைந்தன. ஒருவனது கையிலிருந்த ஒரு புறம் மாத்திரம் வெட்டக் கூடிய வாள், செந்நிற வெளிச்சம் பெற்று என் கண் முன்பே இரு புறமும் வெட்டக் கூடிய வாளாக மாறியது. எனது கையிலும் கித்துள் மரத்தினாலான ஒரு நல்ல தடி திணிக்கப்பட்டது. தலைமைப் பிக்கு எமது கைகளிலிருந்த ஆயுதங்கள் அனைத்துக்கும் புத்த பிரானின் பெயரால் மந்திரிக்கப்பட்ட தண்ணீரைத் தெளித்தார். என்னிடம் தரப்பட்டிருந்த கித்துள் தடியின் முனையில் கூர்மையான முட்கள் தோன்றவாரம்பித்தன. முன்பிருந்ததை விடவும் சக்தி வந்ததனால் நானும் அக் குழுவுடன் இணைந்து கொண்டு அவர்கள் செல்லும் திசையிலேயே எனது இனத்தைக் காக்கவெனச் சென்றேன்.

காற்று இடைவெளி வழியே வரும் இருள், நாய்க் கூண்டினுள்ளே சேகரமாவது இன்னும் நின்றிருக்கவில்லை. பசித்தது. அக் கூட்டின் மூலையில் வைக்கப்பட்டிருந்த சோற்றுப் பீங்கானைக் கையிலெடுத்தேன். அவ்விடத்துக்கு தாழ்வாரத்தின் வெளிச்சம் படிந்து கொண்டிருந்ததால் சோறு தெளிவாகத் தென்பட்டது. மோசமான சாவு விருந்து என்பது இதுதான். இதற்கு மாற்றான வேறொரு நல்ல உணவு இன்று இனிமேல் கிடைக்காதென்பது தெளிவாகத் தெரிந்தது. உணவின் அருமையான வாடை கொஞ்சமும் இல்லை. என்றாலும் படையலில் விழுங்கிய மூன்று சோற்றுக் கவளங்களின் பின்னர் எதுவும் சாப்பிடாதிருந்த காரணத்தால் அந்த சிறையுணவை விழுங்கத் தொடங்கினேன். சில கவளங்களை விழுங்கியிருப்பேன். சடுதியாக கையில் உலோகத் துண்டு போல ஏதோவொன்று தட்டுப்பட்டது. தாழ்வாரத்திலிருந்து சோற்றுப் பீங்கானையே பார்த்துக் கொண்டிருந்த மெல்லிய வெளிச்சம் என்னை நெருங்கியது.

தமிழில் - எம். ரிஷான் ஷெரீப்

'அது ஒரு தோடு'

எனது இதயம் வேகமாகத் துடிக்கத் துவங்கியது. பதற்றத்துடனே தோட்டை எடுத்து மின்விளக்கு வெளிச்சத்தில் வைத்துப் பார்த்தபோதுதான் அது தோடு மாத்திரமல்ல என்பது புலப்பட்டது.

'பாத்திமா...!'

எனது எச்சில் தொண்டையில் விக்கியது. இடக் கையிலிருந்த சோற்றுப் பீங்கான் மடி மீது, பின்னர் மடியிலிருந்து தரை மீது என நழுவி விழுந்தது. பச்சை நிறத் தோட்டோடு காது மடலின் பாகமும் தொங்கிக் கொண்டிருந்தது. அது பாத்திமாவின் கிழிந்த காது மடலின் துண்டு என்பதைப் புரிந்து கொள்ள எனக்கு வெகுநேரம் எடுக்கவில்லை. எனது இரண்டு விழிகளும் எரிவை உணரத் தொடங்கின. கொஞ்சம் கொஞ்சமாக விழிகள் மங்கத் தொடங்கி விட்டன. தோட்டோடு தொங்கிக் கொண்டிருந்த காது மடல் துண்டு, நான் பார்த்துக் கொண்டிருந்த போதே நீல நிறமாகத் தொடங்கி விட்டது. மீண்டும் அந்த நீல நிறப் பனி என்னைச் சூழ்ந்து கொண்டது. இப்போது நாய்க் கூண்டு நீல நிறப் பனியால் மூடப்பட்டிருந்தது. தாங்க முடியாத எரிச்சலால் விழிகள் எரியத் தொடங்கின. அங்கு ஏதோவொரு அதிர்வு நிகழ்ந்து கொண்டிருந்ததாக எனக்கு நினைவிருக்கிறது. நழுவி விழுந்த சோற்றுப் பீங்கான் மேலே எறியப்பட்டு சுழலத் தொடங்கியது. அது எனது கையிலிருந்த காதுத் துண்டினுள் ஈர்க்கப்பட்டுச் சென்றது. அந்தப் பனிப் படலம் எனது மூக்கினுள் நுழைவதைப் போல உணர்ந்தேன். கூடவே.. நன்றாக உணர்ந்து பழகிய வாடையொன்றை நாசியில் உணர்ந்தேன். சரிதான்... எனக்கு நினைவிருக்கிறது. அது, அந்தப் புதிதாக நிர்மாணிக்கப்படும் சிலைகளிலிருந்து எழுந்த காரமான ரசாயனக் கலவைகளின் வாடை... அதைத் தவிர, அதற்குப் பிறகு நடந்த எதுவுமே எனக்கு நினைவில்லை. நானும் காதுத் துண்டுக்குள் இழுபட்டுச் சென்று விட்டேனா இல்லாவிட்டால் பனி எனது மூக்கினுள்ளே இழுபட்டு

வந்ததா எதைக் குறித்தும் எனக்கு உறுதியாகத் தெரியவில்லை. மங்கலான வெளிச்சத்தினூடே நிஜ உலகம் தென்படத் தொடங்கிய வேளையில், நான் எனது அறையில், எனது கட்டிலில் கிடந்தேன். பாத்திமாவோ, அம்மா அவளது காதுக்கு ஈர ஒத்தடமிட்ட துணித் துண்டோ, குறைந்த பட்சம் அம்மாவோ அங்கிருக்கவில்லை.

'அபத்தமான கனவு...' என்று எனது வாய் தானாகவே முணுமுணுத்தது. அங்கு சிறிய மேசையின் மீது வைக்கப்பட்டிருந்த தண்ணீர்க் குவளையை எடுத்து அவ்வளவையும் ஒரே மூச்சில் குடித்து முடித்து திரும்பவும் இடப்புறமாகத் திரும்பி கட்டிலில் படுத்துக் கொண்டேன். அந்தக் கணத்திலேயே சட்டென்றுகண்ணின் கருவிழிக்கு மிகச் சமீபமாக படுக்கை விரிப்பின் மீது வரிசையாக இருந்த கறைகள் தென்பட்டன. நான் மீண்டும் எழுந்து கட்டிலின் மீது அமர்ந்து கொண்டேன்.

'பா...பாத்திமா...'

தீபங்கர புத்தரின் முன்னிலையில் சோற்றுக் கவளம் தொண்டையில் விக்கியதைப் போல, எனது தொண்டை விக்கத் தொடங்கிற்று. குருதிக் கறைகள் எனது படுக்கை விரிப்பில் ஒரு வடிவத்தை வரைந்திருந்தன. அங்கு வரையப்பட்டிருந்தது போதி மர இலையா அல்லது ஓர் இதயமா என்பதைப் புரிந்து கொள்ள சிரமமாக இருந்தது எனக்கு.

ஷக்திக சத்குமார

நாவல், சிறுகதை, கவிதை, கட்டுரைகள், விமர்சனக் கட்டுரைகள், பத்திக் கட்டுரைகள், சமய நூல்கள், நாடகங்கள் என சிங்கள இலக்கியத்தின் பல துறைகளிலும் எழுத்து மூலம் தனது பங்களிப்பை ஆற்றி வரும் எழுத்தாளர் திரு. ஷக்திக சத்குமார மேற்கூறிய அனைத்துத் துறைகளிலும் இதுவரையில் இருபதுக்கும் மேற்பட்ட நூல்களை எழுதியுள்ளார். தனது நூல்களுக்காக இலங்கை அரச சாகித்திய விருதுகளையும் வென்றவர் இவர்.

களனி பல்கலைக்கழகப் பட்டதாரியான இவர் கொழும்பு பல்கலைக்கழகத்தில் ஊடகவியல் டிப்ளோமா, ஜயவர்தனபுர பல்கலைக்கழகத்தில் தொடர்பாடல் டிப்ளோமா, பௌத்த பாளி பல்கலைக்கழகத்தில் பௌத்த தர்ம டிப்ளோமா ஆகிய கற்கை நெறிகளைப் பூர்த்தி செய்தவர்.

இலங்கையில் 2019 ஆம் ஆண்டு தான் எழுதிய சிறுகதை ஒன்றின் காரணமாக பௌத்த பிக்குகளின் முறைப்பாட்டுக்கிணங்க, காவல்துறையால் கைது செய்யப்பட்டு பல மாதங்கள் சிறையிலடைக்கப்பட்டிருந்த இவர் பௌத்த விகாரைகளில் இடம்பெறும் சிறுவர் துஷ்பிரயோகங்கள், இலவசமாகவும் இலகுவாகவும் பட்டப்படிப்பைப் பெற்றுக் கொள்ள வேண்டி காவியுடையை அணிந்துகொள்ளும் பௌத்த பிக்குகள், சிறுவர்களுடனும், விலைமாதுக்களுடனுமான அவர்களது இராக் காலத் தொடர்புகள், மத நிந்தனை எனும் பெயரில் இலங்கையில் அரச சார்பற்ற நிறுவனங்கள் பௌத்த பிக்குகளால் ஆக்கிரமிக்கப்படுவது, வடக்கில் அநாதரவான மக்களுக்கு வீடுகள் கட்டிக் கொடுக்கப்படுவதில் நிறுவனங்கள் எதிர்கொள்ளும் சிக்கல்கள் போன்ற பல விடயங்களை வாசகர்களின் ஆழமான சிந்தனைக்கு வேண்டி சிறுகதைகள் மூலமாக வெளிப்படுத்தி வருபவர்.

தடை செய்யப்பட்ட பகுதி

தனது இச்சைகளைத் தீர்த்துக் கொண்ட தலைமைப் பிக்கு, இளம் பிக்கு நந்தவின் அறையிலிருந்து வெளியேறி காரிருளில் கலந்தார். இளம் பிக்குவின் அறைக்கு மெலிதாகவேனும் வெளிச்சத்தை வழங்கிக் கொண்டிருந்த பூஜை விளக்கும் கூட அணைந்து போயிருந்தது. வியர்வையில் குளித்திருந்த இளம் பிக்குவின் உடல், வேதனையைத் தந்து கொண்டிருந்தது. மறு கணமே தனது உடல் பிளந்து தான் மரித்துப் போகக் கூடுமென்ற என்ற எண்ணம் இளம் பிக்கு நந்தவிற்குத் தோன்றியது. அவர் தனதிரு விழிகளையும் இறுக்கி மூடிக் கொண்டார்.

தனது ஒரே மகனை மருத்துவராக்கிப் பார்க்க கனவு கண்ட பெற்றோர்... முதற்தடவை எழுதிய உயர்தரப் பரீட்சைப் பெறுபேறுகளைக் கண்டு கண்ணீர் விட்டழுதே வெறுத்துப் போன மனம்ம அவ்வளவு பாடுபட்டுப் படித்தும் அனைத்துப் பாடங்களிலும் தோல்வி... அதைரியமடையாத பெற்றோர்ம மனதை வெறுக்கச் செய்யும் இரசாயனவியல், பௌதீகவியல், உயிரியல் பாடங்களிலிருந்து தப்பித்துச் செல்ல விரும்பும், வாழ்க்கை வெறுத்துப் போன உடல்... மனதை ஆற்றுப்படுத்தும் இளைஞர்களுக்கான தியான நிகழ்ச்சி... தூரத்தே வட்ட வெளிச்சமாகத் தெரிந்த பௌர்ணமி நிலவு... 'மகனே' என்ற கருணை மிகுந்த - அன்பான அழைப்பு.

இளம் பிக்கு தனது கண்களைத் திறந்தார். எதுவும் தென்படவில்லை. எங்கும் காரிருள் மாத்திரமே. நோவினைத் தந்து கொண்டிருந்த நெஞ்சின் மீது தனது வலக்கரத்தால் தடவிப் பார்த்த அவர், தனது கையை கொதிநீர் பாத்திரத்தில் இட்டது போல உணர்ந்தார். தனது

உடலில் ஒரு துண்டுத் துணி கூட இல்லையோ என்று சடுதியாகத் தோன்றிய அச்சத்தில் இளம் பிக்கு நந்தவின் கரம் கீழே தடவிப் பார்த்தது. இடுப்பில் கட்டப்பட்டிருந்த காவி நூல் முடிச்சு அவரது வலக் கையில் தட்டுப்பட்டது.

'பிக்கு ஜீவிதமாவது தப்பிப் பிழைத்தது போதும்ம எனினும் இனி மேலும் என்னால் பிக்குவாக துறவு வாழ்க்கை வாழ முடியுமா?' எனத் தோன்றியதும் இரு விழிகளையும் மீறி வெளிக் கிளம்பிய கண்ணீரூற்றுக்கள் இரண்டும் அவரது காது மடல்களையும் கூட எரித்தன.

தாய், தந்தையின் ஒப்பாரி... துறவு வாழ்க்கையை யாசித்து அழுது புலம்பும், பருவ வயதில் காலடியெடுத்து வைத்த இளைஞன்... சற்று நேரத்துக்கு முன்பு பேராவேசத்தோடு தனது மேனியின் மீது மூச்சிறைத்த தலைமைப் பிக்குவின் முன்னால் முழங்காலில் நின்று துறவு வாழ்க்கையை யாசித்த இளைஞன்...

சில மாதங்களுக்கு முன்னர் துறவு வாழ்க்கையை ஏற்றுக் கொள்வதாக சத்தியம் செய்து தான் ஓதிய பௌத்த பதங்கள் இன்று அறை முழுவதும் பலமாக எதிரொலித்துக் கொண்டிருப்பதாக இளம் பிக்கு நந்தவுக்குத் தோன்றியது. கட்டிலிலிருந்து எழுந்து கொண்டவர் மின்விளக்கை எரியச் செய்தார்.

பிறகு கட்டிலுக்குக் கீழே குனிந்து பாம்புக் குட்டி எங்கே என்று பார்த்தார். அது பயந்திருக்கக் கூடுமென அவருக்குத் தோன்றியது. எனினும் அது கட்டிலுக்குக் கீழே இங்குமங்குமாக ஆவேசத்தோடு ஊர்ந்து கொண்டிருந்தது. இளம் பிக்குவுக்கு அதன் மீது கோபம் வந்தது. சில தினங்களுக்கு முன்னர் அந்த நாகப் பாம்போடு தான் நட்பான விதம் அவருக்கு நினைவு வந்தது. அரச மரத்தைச் சூழவும் விழுந்திருந்த இலைகளைக் கூட்டி அள்ளியெடுத்துக் கொண்டு, விகாரைத்

தோட்டத்தின் மூலையிலிருந்த குப்பை மேட்டுக்குச் சென்றபோது, திடீரென்று குளிர்ச்சி மிகுந்த ஏதோவொன்று தனது வலது பாதத்தின் கீழே மிதிபட்டிருப்பதாக உணர்ந்த இளம் பிக்கு உடனடியாக தனது காலைத் தூக்கிப் பார்த்தார். சிறிய பாம்பொன்று அவசரமாக புதரொன்றை நோக்கி ஊர்ந்து கொண்டிருந்தது. சற்று தூரம் ஊர்ந்த பாம்பு, இளம் பிக்குவைத் திரும்பிப் பார்த்தது. அதிக நீளமுமற்ற, குட்டையுமற்ற, கறுப்புமற்ற, வெள்ளையுமற்ற, தலையில் படமிருந்த போதும் தென்படாத அந்தச் சிறிய பாம்பைக் கண்டதும் அதன் மீது இளம் பிக்குவின் மனதில் அனுதாபம் தோன்றியது. அதன் பிறகு அந்தச் சிறிய பாம்பு புத்தர் சிலைக்கு அருகாமையிலும், அரச மரத்துக்கருகிலும், விகாரை வளாகத்திலும் இளம் பிக்குவுக்கு அடிக்கடி தென்பட்டுக் கொண்டிருந்தது. தனது அறைக்கு அருகில் உலவத் தொடங்கிய பாம்பு பின்னர் எவ்வித அச்சமுமற்று அறைக்குள்ளே வரத் தொடங்கியதை இளம் பிக்கு நந்த நினைத்துப் பார்த்தார்.

தனது தொடைகளிரண்டும் ஒன்றாக ஒட்டியிருப்பதை இளம் பிக்கு உணர்ந்தார். அது அவருக்கு மிகுந்த அருவெறுப்பைத் தந்தது. தனது நிர்வாண உடலைப் பார்த்த இளம் பிக்குவின் பார்வை அடுத்து சாய்மனைக் கதிரை மீது சென்றது. அங்கு கண்ட காட்சியில் திகைத்துப் போனார். தொண்டையில் ஏதோ அடைப்பது போல உணர்ந்தார். கழற்றியெறியப்பட்டு கதிரையருகே வீழ்ந்து கிடந்த தனது காவியாடையை சற்று நேரம் பார்த்துக் கொண்டிருந்த இளம் பிக்கு, திறந்திருந்த அறையின் வாசலை நோக்கி நடந்தார்.

இளம் பிக்கு நந்தவின் அறைக்குப் பின் புறத்திலிருந்த குழாயிலிருந்து பாத்திரத்துக்கு வழிந்து கொண்டிருந்த குளிர்ச்சியான நீர் அவரது உடலைக் கழுவியவாறு கால்வாய் வழியாக கீழ் நோக்கிப் பாய்ந்து கொண்டிருந்தது.

'நான் இனி என்ன செய்வது...?'

'ம்ம்... வீட்டுக்குப் போகலாம்...'

'முடியாது... அதை ஒருபோதும் செய்ய முடியாது.'

'வேறொரு விகாரைக்குப் போகலாம்.'

'அங்கும் இதுவே நடந்தால்...?'

ஒன்றோடொன்று முட்டி மோதி தன்னை வதைத்துக் கொண்டிருந்த எண்ணங்கள் அனைத்தையும் மீறி இளம் பிக்குவின் மனதில் பழி வாங்கும் எண்ணம் உதித்தது. தனது வாழ்க்கையை சீரழித்துக் கொண்டிருக்கும் தலைமைப் பிக்குவுக்கும், அவரது அடியாட்களுக்கும் இனியும் வாழ இடமளிக்க வேண்டுமா?

'ரேவத... சோபித... என்னை விடவும் பெரிய பிக்குகளான அவர்கள் அனைவருமே இவையனைத்தையும் அறிந்திருந்தும் வெளியுலகத்துக்கு முன்னால் தலைமைப் பிக்குவை புத்தருக்கு ஒப்பிட்டு கண்ணியப்படுத்துவது சரியா? இல்லை... இல்லை... அவர்கள் இதற்கு தண்டனை அனுபவிக்கத் தேவையில்லை... அவர்களும் கூட அறியாமல் தானே இந்த நரகத்தில் வீழ்ந்திருக்கிறார்கள்... வெளியுலகத்திற்கு பௌத்த உபதேசங்களை ஆற்றியவாறு, மோகத்தில் தகிக்கும் குடும்ப ஜீவிதத்தை சபித்தவாறு புத்தரின் கதாபாத்திரத்தை ஏற்று நடித்துக் கொண்டிருக்கும் தலைமைப் பிக்கு ரகசியமாகப் பாவங்களைச் செய்தவாறு இளம் சிறுவர்களை தனது இச்சைக்கு இரையாக்கிக் கொண்டிருக்கிறார்.'

தண்ணீர் மிகுந்த குளிர்ச்சியாக இருந்த போதிலும், அது வேதனையில் தகித்துக் கொண்டிருந்த இளம் பிக்குவின் உடலையோ, மனதையோ ஆற்றுப்படுத்தப் போதுமானதாக இருக்கவில்லை.

நீராடிய பின்பு காவி வேட்டியை மாத்திரம் அணிந்து கொண்ட இளம் பிக்கு நந்த, அறைக்குள்ளே அங்குமிங்குமாக நடக்கத் தொடங்கினார்.

தமிழில் - எம். ரிஷான் ஷெரீப்

'என்னால் எவரையும் கொலை செய்ய முடியாதும நான் தற்கொலை செய்து கொள்கிறேன்... ஆனால் ஒருவர் தனது வாழ்க்கையை அழித்துக் கொள்வது மகா பாவம்... ஆகவே நான் என்ன செய்வது?'

தனது தலை வெடிக்கப் போவது போல உணர்ந்தார். அவர் தனது படுக்கையைப் பார்த்தார். கட்டிலின் போர்வைகள் அனைத்தும் கசங்கிப் போயிருந்தன. சற்று நேரம் தனது படுக்கையையே பார்த்துக் கொண்டிருந்த அவர் போர்வைகள் அனைத்தையும் ஒழுங்கு படுத்தினார். மின்விளக்கை அணைத்தவர் காவி வேட்டியோடே படுக்கையில் சாய்ந்து கொண்டார்.

✶ ✶ ✶

'ஸ்வாமி, தற்போது உடல் நலம் எப்படியிருக்கிறது? நடந்த அனைத்தையும் மறந்து விடுங்கள்...'

தான் இருப்பது எங்கே என உறுதிப்படுத்திக் கொள்ள அவர் அங்குமிங்கும் பார்த்தார்.

கௌதம புத்தரின் போதனைகள் காதில் விழுந்து கொண்டிருந்தது. அவர், தான் படுத்துக் கொண்டிருந்த அறையின் ஜன்னல் வழியே வெளியே பார்த்தார். நூற்றுக்கணக்கான பௌத்த பிக்குகள் தோட்டத் திலிருந்த மரங்களின் கீழே தியானம் செய்து கொண்டிருந்தார்கள்.

'நான்... நான்'

'மதிப்பிற்குரிய ஸ்வாமி நீங்கள் இப்போது பாதுகாப்பாக இருக்கிறீர்கள். உங்களைத் தொந்தரவு செய்த மோசமான பிக்குவுக்கு எமது கௌதம புத்தர் அவர்கள் நேரான வழியை உபதேசித்துக் கொண்டிருப்பதைத்தான் நீங்கள் இப்போது செவிமடுத்துக் கொண்டிருக்கிறீர்கள். நீங்கள் வருந்தாதீர்கள்.'

தங்க நிறத்தில் பிரகாசித்துக் கொண்டிருந்த மேனியைக்

கொண்டிருந்த ஒரு பிக்கு ஆறுதல் கூறியவாறு படுக்கையருகிலிருந்து வெளியே சென்றார்.

✱ ✱ ✱

'ஐயோ... சின்ன சாது...'

'என்ன... என்னாச்சு சேத்தன் மாமா?'

'பெரிய சாது பூஜையறைக்குள்ள காவியுடையால தூக்கு மாட்டிக்கிட்டு தொங்கிட்டிருக்கார்'

'என்ன?'

அதிர்ந்து போன இளம் பிக்கு நந்த பூஜையறையை நோக்கி ஓடத் தொடங்கினார். சேத்தன் மாமா அந்த விகாரையின் காண்டா மணியை நோக்கி ஓடினார். பூஜையறை திறந்திருந்தது. தலைமைப் பிக்கு தனது காவியுடையால் கண்ணீரைத் துடைத்தவாறு பூஜையறையிலிருந்து வெளியே வந்தார். இளம் பிக்குவால் எதையும் நம்ப முடியவில்லை. அவர் பூஜையறை வாசலருகே போய் நின்று கொண்டார். ஆடையேதுமற்று நிர்வாணமான பிக்கு ஒருவரின் உடல் பூஜையறையின் நடுவே தொங்கிக் கொண்டிருந்தது. தனக்கு மிகவும் நெருக்கமான ஏதோவொன்று அந்த உடலில் இருந்ததால் இளம் பிக்கு அந்த உடலை நெருங்கி கூர்ந்து பார்த்தார்.

விந்தைதான். தொங்கிக் கொண்டிருந்தது இளம் பிக்குவின் உடல்தான். தனது உடல் தொங்கிக் கொண்டிருப்பதைக் கண்ட இளம் பிக்கு ஓலமிடத் தொடங்கினார். ஆலகாலப் பிசாசின் காலடியில் நசுங்குண்டு பாம்பு செத்துக் கிடந்தது. காண்டா மணியோசை தொடர்ச்சியாக ஒலித்துக் கொண்டேயிருந்தது.

பாதி

பிக்கு ஹல்வெல்ல கஸ்ஸப ஹிமி, கஸான் பலிஹவடனவாக மாறியது சமூக வாழ்க்கையின் மீதிருந்த பற்றினால் அல்ல. தவிரவும் அவருக்கு துறவு வாழ்க்கையிலும் பற்றேதுமிருக்கவில்லை. துறவு ஜீவிதத்தைக் கை விட்ட பிறகு தொடர்ந்தும் அந்தப் பல்கலைக்கழகத்தின் பிக்குகளுக்கான விடுதியில் தங்கியிருக்க அவர் விரும்பவில்லை. பல்கலைக்கழகத்துக்குள் பிக்குவாகப் பிரவேசித்து துறவு ஜீவிதத்தைக் கை விட்ட பலரும் அப்போதும் கூட பிக்குகளுக்கான விடுதியில் தங்கியிருந்தார்கள்.

பிக்கு தம்மஸ்ஸர ஹிமி, கஸான் அருகில் வரும்போது அவர் பழைய குறிப்பொன்றைப் பார்த்துக் கொண்டிருந்தார்.

'தப்பிச்சுட்டான்... தப்பிச்சுட்டான்... கஸான் தப்பிச்சுட்டான். நீ விடுதியில் தொடர்ந்தும் இருப்பாய்தானே...? இனி சமரிக்காக கடைக்குப் போக வர, இரவாகும்வரைக்கும் காத்திருக்கத் தேவையில்ல. இல்லையா?' என்றவாறு பிக்கு தம்மஸ்ஸர ஹிமி கஸானின் அறைக்குள் நுழைந்து அருகிலிருந்த கதிரையொன்றில் அமர்ந்து கொண்டார். கட்டிலில் சாய்ந்திருந்து 'புதுன்கே ரஸ்தியாதுவ (புத்தரின் அலைச்சல்)' நாவலை வாசித்துக் கொண்டிருந்த பிக்கு மேதானந்த ஹிமி, பிக்கு தம்மஸ்ஸர ஹிமியின் குரலைக் கேட்டு நூலை வலது கையில் ஏந்தியவாறு எழுந்து நின்றார்.

'எங்க பௌத்த சேனா படையால இந்தப் புத்தகத்துக்கு எதிராக ஒரு வழக்கைத் தொடரப் போறோம்... இது முழுக்க முழுக்க அடிப்படைவாதிகளோட வேலை' என்று புதுன்கே ரஸ்தியாதுவ நூலைக் காட்டியவாறு பிக்கு மேதானந்த ஹிமி கூறினார்.

'கஸான் வேறொரு அறைக்குப் போறதாச் சொல்றான்... அவனுக்கு காவியுடை மட்டுமில்ல எங்களையும் பிடிக்கலையோ என்னமோ?' என்றவாறு அப்போதுதான் அறைக்குள் வந்த பிக்கு சுமேத ஹிமியின் குரல் கஸான் செய்து கொண்டிருந்த வேலையை சற்று இடைநிறுத்தியது.

'அப்படில்லாம் ஒண்ணுமில்ல... நான் இந்த விடுதியை விட்டுப் போனாலும் கூட அடிக்கடி உங்களையெல்லாம் பார்த்துப் போக வருவேன்' என்று கூறிய கஸானின் குரலில் கவலை நிரம்பியிருந்தது.

'சரி சரி... இதையெல்லாம் நீ பெருசா எடுத்துக்காதே... எங்க போனாலும் பரவாயில்லை. பட்டப்படிப்பை கைவிட்டுடாம ஒழுங்காப் படிச்சுக்கோ...'

திடீரென்று நான் துறவு வாழ்க்கையைக் கைவிட்டவனென்று வெளிப்படுத்த முடியாததால்தான் நான் இந்தக் கதையை இவ்வாறாக ஆரம்பித்திருந்தேன். இருந்தாலும், நான் துறவு வாழ்க்கையைக் கை விட்டவன் என்பதை எல்லோரும் அறிந்திருந்தார்கள். நான் எதற்காக துறவு வாழ்க்கைக்குள் திணிக்கப்பட்டேன் என்பது எனக்குத் தெரியவில்லை. ஏன் அதைக் கைவிட்டேன் என்பதுவும் எனக்குத் தெரியாது. தலைமைப் பிக்கு காலமானதற்குப் பிறகு, காவியுடையைத் தொடர்ந்தும் நான் அணிந்திருக்க வேண்டியதற்கான எந்தக் காரணமும் எனக்கிருக்கவில்லை.

லொயிட் அண்ணனின் அறைக்குச் செல்ல நான் தீர்மானித்தது, ஆழமாக யோசித்து எடுத்த முடிவல்ல. எனினும் நான் இருந்த சூழலை விட்டும் தப்பித்துச் செல்லும் தேவை எனக்கிருந்தது. எமது எதிரியாகத்தான் லொயிட் அண்ணனை முதன்முதலாக நான் சந்தித்தேன். இப்போது அவர் எனது நண்பர் என்றபோதும், பௌத்த சேனா படைக்கு இப்போதும் கூட அவர் எதிரிதான்.

லொயிட் அண்ணன் ஒரு அரச சார்பற்ற வெளிநாட்டு நிறுவனமான N.G.O வில் வேலை பார்த்து வந்தார். ஒரு தடவை பௌத்த சேனா

படையோடு நாங்கள் லொயிட் அண்ணனின் அலுவலகத்துக்குள் பலவந்தமாக நுழைந்தோம்.

'நீங்க எல்லோரும் வெளிநாட்டுக் காசுல வாழ்ந்த விடுதலைப் புலித் தலைவர்களோட குடும்பங்களுக்கு வீடுகள் கட்டிக் கொடுக்கிறதாச் சொல்றாங்க... நிஜமா?'

பிக்கு ஞானசாரவின் குரலுக்கு அலுவலகத்திலிருந்த அனைவரும் ஸ்தம்பித்துப் போயிருந்தார்கள். கேமராக்கள் சூழ ஊடகவியலாளர்கள் எம்முடனிருந்தார்கள்.

'மன்னிக்கணும் ஸ்வாமி... நாங்க யுத்தத்துல வீடுகளை இழந்த ஏழைக் குடும்பங்களுக்குத்தான் வீடுகளைக் கட்டிக் கொடுக்கிறோம்' என்றவாறு அந்த அலுவலகத்தில் வேலை பார்த்துக் கொண்டிருந்த ஒரு இளைஞன் முன்னால் வந்தார்.

'நீ யாரு?'

'நான் லொயிட். இங்க வேலை செய்றேன்.'

***

'கஸான் பலமான யோசனையில் இருக்கீங்க போல... நான் வரத் தாமதிச்சுட்டேனா?' என்றவாறு லொயிட் அண்ணன் என் முன்னால் மோட்டார் சைக்கிளை நிறுத்தினார். நான் பையை எடுத்துக் கொண்டு சைக்கிளின் பின்னால் ஏறிக் கொண்டேன்.

'கஸானுக்கு காவியுடுப்பை விடவும் ஜீன்ஸ் அழகாயிருக்கு' என்று லொயிட் அண்ணன் சைக்கிளைத் திருப்பும் போது கூறினார். நான் மெலிதாகப் புன்னகைத்தேன். அந்தக் கணத்தில் நான் ஈருலகத்திலிருந்தேன்.

'கஸான் ராத்திரிக்கு என்ன சாப்பிடுவீங்க? நான் வழமையா இடியப்பக் கொத்து ஒரு முழுப் பார்சல் சாப்பிடுவேன்' என்று க்ரீன்

கார்டன் ஹோட்டலுக்கருகில் சைக்கிளை நிறுத்தும் போது லொயிட் அண்ணன் கேட்டார்.

'எனக்கு அரைப் பார்சல் போதும்' என்று மெதுவாகக் கூறினேன்.

***

நான் காவியுடையில் வாழ்ந்த காலத்தில் இந்தச் சமூகம் மிகவும் சீரழிந்து போய் விட்டதாக நினைத்துக் கொண்டிருந்தேன். ஆனால் அது அவ்வாறில்லை என்று இப்போது எனக்குத் தோன்றுகிறது. இந்தச் சமூகத்தில் அனைவரும், காவியைக் கை விட்டவன் என்று என்னைப் புறந் தள்ளுவார்கள் என்ற பயம் எனக்கிருந்தது. எனினும் அவ்வாறெல்லாம் எதுவும் ஆகவில்லை. சமூகத்தில் அனைவரும் என்னை ஏற்றுக் கொண்டார்கள். பல்கலைக்கழகத்தைப் போலவே அந்த விடுதியும் ஏனைய நாட்களை விடவும் எனது விருப்பத்துக்குரியவையாக எப்போதும் இருந்தன.

'கஸான் நான் சிறுகதையொண்ணு எழுதத் தொடங்கினேன். நல்லாருக்கான்னு பாரு...' என்ற லொயிட் அண்ணன் கையால் எழுதப்பட்ட காகிதங்கள் சிலவற்றை எனது மேசை மீது வைத்தார். தலைப்பற்ற அந்தக் கதையை நான் மெதுவாக வாசிக்கத் தொடங்கினேன்.

யஷோதரா விம்மிக் கொண்டிருந்தாள். சன்னவின் செயலைத் தடுக்க முடியுமாக இருந்த போதிலும், தான் பொறுமையாக இருந்தது ஆழ் மனதில் அதற்கொரு இச்சையுமிருந்ததால்தான் என்று யஷோதராவுக்குத் தோன்றியது. சித்தார்த்தன் குடும்ப வாழ்க்கையைத் துறந்து சென்றது ராகுலன் அவரது குழந்தையல்ல என்பதை அறிந்ததாலா? சித்தார்த்தனால் நான் திருப்தியடையவில்லை என்பதை அவர் அறிந்திருந்தாரா? பெண்ணொருத்தியைத் திருப்தியடையச் செய்யும் திறமை அவருக்கு இருக்கவில்லை என்பது நிஜம்தானே? யஷோதராவின் உள்ளம் தொடுத்துக் கொண்டிருந்த கேள்விகளுக்கு பதில்களைத் தேடுவதற்குப் பதிலாக அவள் நீண்ட

பெருமூச்சு விட்டுதன்னை ஆசுவாசப்படுத்திக் கொள்ள முயற்சித்தாள்.

'ஐயோ! இந்தக் காகிதங்களை எரிச்சிடுங்கண்ணா...' என்று ஒரு பந்தியை வாசித்த நான் லொயிட் அண்ணனுக்கு விடயத்தைத் தெளிவுபடுத்த எழுந்து நின்றேன்.

'ஏன் ஒரு படைப்பாக இதை இந்தச் சமூகம் ஏற்றுக் கொள்ளாதா? இல்லேன்னா நரகத்துக்குப் போயிடுவேனோ? இது மஹாயான பௌத்தத்துல இருக்குற ஒரு எண்ணக் கரு ' என்றவாறு சிகரெட்டொன்றைப் பற்ற வைத்துக் கொண்ட லொயிட் அண்ணனின் உதடுகளில் கேலிப் புன்னகையிருந்தது. புகை வளையங்கள் சுதந்திரமாக அந்த அறைக்குள் மிதக்கத் தொடங்கின.

'ஆனா இது ஒரு தேரவாத பௌத்த நாடு' என்று தானாகக் கூறி விட்டேன்.

'ஆமா... பெயரளவில் மாத்திரம்.'

இருவரால் இழுத்துச் செல்லப்பட்ட நான் இருண்ட அறையொன்றுக்குள் தள்ளப்பட்டேன். வீசப்பட்டுப் போய் தரையில் விழுந்தேன். அத்தோடு கதவு தாழிடப்பட்டது. அரையிருளில் நான் அறை முழுவதும் நோட்டமிட்டேன். அறையின் ஒரு மூலையில் தலைமைப் பிக்கு படுத்திருப்பதை நான் அக் கணம் கண்டேன். அவர் மிகுந்த அசௌகரியமாக இருப்பது தென்பட்டது. நான் மெதுவாக அவரருகே சென்றேன். படுத்திருந்த போதும், அவர் உறங்கியிருக்கவில்லை. கண்களில் கண்ணீர் நிரம்பியிருந்தது. என்னைக் கண்டதும் தலைமைப் பிக்கு சடுதியாக எழுந்து நின்றார். அவரது கால்களிரண்டின் இடையிலிருந்து இரத்தம் ஆறாகப் பெருக்கெடுத்துப் பாய்வது கண்டு நான் மிகுந்த அச்சமுற்றேன்.

'ஐயோ என்ன ஸ்வாமி இது?' என்று நான் பலமாக ஓலமிட்டேன். எனினும் ஓசை வெளிவரவில்லை. நின்றிருந்த தலைமைப் பிக்கு எனது புறமாகத் திரும்பி காவியுடையை உயர்த்திக் காட்டினார். அவரது ஆணுறுப்பு அறுத்துப் போடப்பட்டிருந்தது. அதிலிருந்து இரத்தம் பாய்ந்து கொண்டிருந்தது.

''யார் இந்தக் குற்றத்தைச் செய்தது..?''

'ஹேய் ஹேய் கஸான்... ஏன் இந்த நடுச் சாமத்துல கத்துறே?' என்ற லொயிட் அண்ணனின் குரலுக்கு நான் விழித்துக் கொண்டேன். அறையில் மின்குமிழ் எரிந்து கொண்டிருந்தது.

'நான் சின்னதா ஒரு கனவு கண்டேன்' என்று கூறியவாறு நுளம்பு வலையை விலக்கி விட்டு கட்டிலில் அமர்ந்து கொண்டேன்.

'உனக்கு ரொம்ப வியர்த்திருக்கு' என்ற லொயிட் அண்ணன் மேசை மீதிருந்த தண்ணீர் போத்தலை எடுத்து என்னிடம் எறிந்தார். போத்தலை இரு கைகளாலும் பிடித்துக் கொண்ட நான் ஒரே மூச்சில் குடித்து முடித்தேன். அறையின் கதவைத் திறந்த லொயிட் அண்ணன் என்னைப் பார்த்துச் சிரித்துக் கொண்டே கேட்டார்.

'நீ இப்பவும் நரகத்துலதான் இருக்கியா?'

பதில எதையும் கூறாமல் நான் இருளிலேயே நீர்க் குழாயருகே சென்றேன். முகம், வாயைக் கழுவிக் கொண்ட பிறகு சற்று ஆசுவாசமாக உணர்ந்தேன். வந்து திரும்பவும் நுளம்பு வலைக்குள் புகுந்து கொண்டேன். மெல்லிய குரலில் பாடலொன்றை முணுமுணுத்தவாறு லொயிட் அண்ணன் அறையின் கதவைத் தாழிட்டு, மின்குமிழை அணைத்து விட்டு வந்து அருகே படுத்துக் கொண்டார். சற்று நேரத்துக்குப் பிறகு அவரது முனகல் ஒலி எனது காதருகே கேட்கத் தொடங்கியது. தலைமைப் பிக்குவின் உடலில் எழுந்த வியர்வை கலந்த வாசனையை லொயிட் அண்ணனின் உடலிலிருந்தும் நான் உணரத் தொடங்கினேன். மெதுவாக கண்களை மூடிக் கொண்டேன்.

சரத் விஜேசூரிய

இலங்கையின் பிரபலமான சிங்கள எழுத்தாளரான திரு. சரத் விஜேசூரிய அவர்கள், கொழும்புப் பல்கலைக்கழகத்தில் சிங்களப் பிரிவு பேராசிரியர் ஆவார். நாவல்கள், சிறுகதைகள், கவிதைகள், சிறுவர் நூல்கள், கட்டுரைகள், இலக்கிய நூல்கள், சுய முன்னேற்ற நூல்கள், மொழிபெயர்ப்பு நூல்கள் என நூற்றுக்கும் அதிகமான நூல்களை எழுதியிருக்கிறார். அத்தோடு அரசியல், கலை, இலக்கியம் ஆகிய துறைகளில் தேர்ந்த விமர்சகராகவும் அறியப்பட்டிருக்கிறார். இலங்கையில் அதிகமான வாசகர்களைக் கொண்டிருக்கும் இவரது உரைகளும் கூட இலங்கை அரசியலில் கொந்தளிப்பை ஏற்படுத்துபவையாகும்.

பின்வாங்குதல்

தனது மகனின் திருமண வைபவத்துக்கான நடவடிக்கைகள் பூர்த்தியான நிலையில், தான் கேள்விப்பட்ட தகவலால் திருமதி. ரணசிங்க நிலைகுலைந்து போயிருந்தாள். அவள் மிகுந்த கையறு நிலைக்கு ஆளாகியிருந்தாள்.

கணவனும் அருகில் இல்லாத நிலைமையில், அனைத்து நடவடிக்கைகளையும் எவ்வளவு பாடுபட்டு ஏற்பாடு செய்தாள்?! இறுதியில் அனைத்தையும் மின்னல் வேகத்தில் தவிடுபொடியாக்கி விடும் தகவலொன்றைத்தானே அவளுக்குக் கேட்கக் கிடைத்துள்ளது. திருமணத்தை முன்னிட்டு, அடுத்த கிழமை துபாயிலிருந்து வரப் போகும் அவளது கணவன் பல எதிர்பார்ப்புகளைச் சுமந்து கொண்டுதான் வருவார் என்பதை தனியாக விவரிக்கத் தேவையில்லை. ஒவ்வொரு நாளும் இரவில் அரை மணித்தியாலம் போல அவளுடன் உரையாடி, திருமண ஏற்பாடுகளைக் குறித்து விசாரித்து, தேவையான அறிவுறுத்தல்களை வழங்கி மிகவும் மனமுவந்து அவளை தைரியமூட்டியவர் அவர். அந்த அனுபவங்களின் காரணமாக அவளது இதயம் ஆறுதலடைந்து பூரித்துப் போன விதத்தை எண்ணிப் பார்ப்பது கூட அவளுக்கு மகிழ்ச்சிதான். எவ்வளவு அருமையான காலகட்டம் அது? மீண்டும் அவ்வாறானதோர் காலத்தை அனுபவிக்கும் வாய்ப்பு கிடைக்காது. மிகப் பிரமாண்டமான திருமண வைபவமொன்றை நேரில் காணும் ஆவலில், கணவன் தூர தேசத்திலிருந்து கொண்டு வழங்கிய அறிவுறுத்தல்களையும், தெளிவுபடுத்திய விடயங்களையும் பின்னொரு நாளில் நேரில் பார்க்கக் கூடியவாறு ஒழுங்காக

நிறைவேற்றி வைத்ததே எவ்வளவு உத்வேகத்தைத் தந்தது?! மனதை ஆற்றுப்படுத்திய அந்த மகிழ்ச்சியை யாரோ களவாடிப் போனது போலிருந்தது.

இன்றிரவு அவர் கதைக்கும்போது கேட்டால் என்ன சொல்வது?

மகள் தனது இஷ்டத்துக்கு திருமணம் செய்து கொண்டதால் பெற்றோரின் மனம் விரும்பியது போல, திருமண வைபவமொன்றை எடுக்கும் வாய்ப்பு கிடைக்கவேயில்லை. ஆகவே, மிகவும் உயர்தரத்தில் சொந்தபந்தங்களுக்கெல்லாம் அழைப்பு விடுத்து, பிரமாண்டமாக தனது மகனின் திருமண வைபவத்தை எடுக்க வேண்டும் என்பதுவே அவளதும் எதிர்பார்ப்பாக இருந்தது. இப்போது அழைப்பு விடுக்கப்பட்டுள்ள சொந்தபந்தங்களுக்கு எவ்வாறு முகம் கொடுப்பது? அவர்கள் கேட்கப் போகும் கேள்விகளுக்கு எவ்வாறு பதிலளிப்பது?

'மகனும் அப்பா போன வழியிலேயே போகத் தீர்மானிச்சது எவ்வளவு நல்ல விஷயம்?!'

தனது மகன் மொரட்டுவை பல்கலைக்கழகத்துக்குத் தெரிவு செய்யப்பட்டுள்ளதை அறிந்து கொண்ட கணவன் மிகுந்த பெருமிதத்தோடு கூறிய வார்த்தைகளை திருமதி. ரணசிங்க கவலையோடு நினைத்துப் பார்த்தாள். மின் பொறியியலாளரான கணவன், ஏனைய பொறியியலாளர்களை விடவும் மின் பொறியியலாளர்கள்தான் உயர்வானவர்கள் என்ற உணர்வோடுதான் எப்போதும் பெருமை பேசி வந்தார். மின் பொறியியல் படிப்பைத் தொடர ஆரம்பித்ததன் பிறகு மகனும் கூட அப்பாவின் அதே கருத்தைத்தான் வெளிப்படுத்தினான். படிப்பில் திறமை வாய்ந்த அவளது மகன் அப்பாவின் மீது மிகுந்த மரியாதை வைத்து அவருடன் மிகவும் நெருக்கமானதால்தான் மிகவும் வேகமாக அவளை விட்டுத் தொலைவாகியிருந்தான். 'அம்மா ஒரு உலகம் விளங்காத மோட்டுப்

பொம்பளை' என்ற எண்ணத்தை அப்பா, மகன் என இருவரும் கொண்டிருக்கக் கூடும். இருப்பினும், மகன் தனது எதிர்காலத்தைக் குறித்துச் சிந்தித்தது, அப்பாவை விடவும் வித்தியாசமான கோணத்தில்தான் என்று கூற முடியுமா? அந்தத் தீர்மானம் பிழையாகிப் போனது, அல்லவா? அப்பா கூறியது போலவே, அப்பா போன வழியிலேயே தனது அனைத்து நடவடிக்கைகளையும் மகனும் தேர்ந்தெடுத்திருக்கிறானோ?

மகன் பாடசாலையில் உயர்தரம் படிக்கும் போதே தூரத்துச் சொந்தத்தில், ஆனால் இந்தக் குடும்பத்தோடு நெருங்கிப் பழகி வந்த ஒரு ஆசிரியையின் மகளோடு, வருங்காலத்தில் அவளைத்தான் கல்யாணம் முடிப்பேன் என்ற உத்தரவாதத்தை அளித்து வெளிப்படையாகவே காதல் தொடர்பைப் பேணி வந்தவன். தன்னைப் போலவே, தனது கணவனும் அந்தத் தொடர்பை விரும்பியிருந்த விதத்தை திருமதி.ரணசிங்க நினைத்துப் பார்த்தாள். குடும்பத்தில் பெரியவர்களது ஆசிர்வாதங்களும் அவர்களுக்குக் கிடைத்திருந்தன. ஆனாலும், மகன் பல்கலைக்கழகத்துக்குப் போனதற்குப் பிறகு, 'அவளால என்னைப் புரிஞ்சுக்க முடியாது' என்று கோபத்தோடு கூறி அந்தத் தொடர்பை நிறுத்தி விட்டிருந்தான். அந்த முடிவு ஆழமாகச் சிந்தித்து எடுத்த முடிவு இல்லை, கோபத்தில் எடுத்த முடிவு என்று அவள் தீர்மானித்திருந்த போதிலும், கணவன் வேறொரு கருத்தைக் கொண்டிருந்தார்.

'தொடர்பை உருவாக்கிக்கிட்டதும் அவன்தான். முடிச்சுக்கிட்டதும் அவன்தான். அதுக்கு நாங்க என்ன செய்றது? நாங்க இதுல தலையிடத் தேவையில்ல. நடக்கப் போறதப் பார்ப்போம். அவனோட எதிர்காலத்தப் பற்றி முடிவெடுக்குற உரிமை அவனுக்குத்தான் இருக்கு.'

கணவன் தன்னிடம் இவ்வாறு கூறிய போதிலும், மகனின் தீர்மானத்தைக் குறித்து ஏதோவிதத்தில் விருப்பத்துடன்தான்

காணப்பட்டார் என்பது திருமதி. ரணசிங்கவுக்குப் புரிந்தது. அந்தப் புரிதல் சரியாகத்தான் இருக்க வேண்டும்.

'எனக்குன்னா, ஒரு பெண்பிள்ளையை ரொம்ப நாளாக் காதலிச்சுட்டு இப்படி திடீர்னு கைவிடுறது கொஞ்சம் கூட பிடிக்கல. அது அந்தப் பெண்பிள்ளைக்குச் செய்யுற அநீதம்.'

'அதெல்லாம் கொஞ்சம் பழைய காலத்து நினைப்பு. சமூகம் என்ன சொல்லுமோன்னு பயந்துக்கிட்டு கட்டிக்கிறதக் காட்டிலும், பழகிப் பார்க்குறப்பவே பொருந்தாதுன்னு தோணுச்சுன்னா ஒரு தீர்மானத்துக்கு வர்றது நல்லதுதான். வளர்ச்சியடைந்த நாடுகளைப் பாரு. பொருந்தலன்னு தோணுச்சுன்னா கல்யாணம் பண்ணியிருந்தாக் கூட உடனே பிரிஞ்சுடறாங்க. எங்களைப் போல சிரமப்பட்டு ஒண்ணா இருக்குறதில்ல.'

கணவன் பூடகமாக, அவளைக் குத்திக் காட்டி குற்றம் சாட்டும்விதமாகத்தான் அவ்வாறு கூறினார், இல்லையா?

அவர்களது திருமணத்துக்கு முன்பு அவளது கணவனுக்கு இரண்டு, மூன்று காதல் தொடர்புகள் இருந்ததை அவளிடம் வெளிப்படையாகவே அவர் கூறியிருந்தார். அவருக்கும் அந்தப் பெண்களுக்குமிடையே கருத்து வேறுபாடுகள் அதிகம் என்பதால்தான் அவை அனைத்தும் பாதியிலேயே நின்று போயின என்றும் கூறியிருந்தார். இருந்தாலும், வேறு பெண்களை ஏறெடுத்தும் பார்க்காமல் அவர் தன்பாட்டில் இருந்தபோது வந்த திருமண ஆலோசனைக்கு அவரது தந்தையின் வற்புறுத்தலால்தான் அவர் சம்மதித்திருந்தார். அதற்காக அவர் எப்போதாவது வருத்தப்பட்டிருப்பாரோ?

'எல்லாப் பொம்பளைங்களுமே கல்யாணம் முடிச்சதுக்குப் பிறகு புருஷன் தனக்கு மாத்திரமே சொந்தமா இருக்கணும்னு நினைக்கிறாங்க.

அந்த மூடத்தனத்தாலதான் கல்யாண வாழ்க்கை ரெண்டு பேருக்குமே வெறுத்துப் போயிடுது.'

கணவன், அவள் அவரைக் குறித்து ஆராய்ந்து பார்த்து கணவரிடம் ஒரு விடயத்தை எடுத்துக் கூறிய வேளையில்தான் இந்த வார்த்தைகளைக் கூறினார். அந்த நேரத்தில், அவர் மீது குற்றம் சாட்ட போதுமான அளவு ஆதாரங்கள் அவளிடம் இருக்காததால் அமைதியாக இருந்தாள். பின்னர், ஆதாரங்களை வைத்துக் கொண்டு விசாரித்த சந்தர்ப்பத்தில் அவர் எதுவுமே அறியாத ஒரு அப்பாவிக் கைக் குழந்தையைப் போல நடந்து கொண்டார். ஆணினுள்ளே இருக்கும் மர்மங்களை பெண்ணால் புரிந்து கொள்வது என்பது எவ்வளவு சிரமமானது?!

'மாப்பிள்ளைப் பையன் ரொம்ப நல்லவன்தான். ஆனா பொண்ணுங்க விஷயத்துல கொஞ்சம் விளையாட்டுப் பையன். புத்தி யோசனையோடு கவனமாப் பார்த்து நடந்துக்கோ புதுப் பொண்ணே. எப்படியும் கல்யாணம் கட்டிட்டான்னா ஒரு பொறுப்பு வந்துடும். நீயும் பொறுமையா அனுசரிச்சுப் பொருந்திப் போறதுதான் நல்லது.'

கணவனின் சொந்தக்காரப் பெண்ணொருத்தி அவர்களது திருமண வைபவத்தின போது இவ்வாறு கூறிய வார்த்தைகள் பின்னொரு காலத்தில் திருமதி. ரணசிங்கவின் இதயத்தைத் துளைத்து வருத்தி எப்போதும் துன்புறுத்தத் தொடங்கியிருந்தன. அன்று அந்தப் பெண்மணி இந்த வார்த்தைகளைக் கூறிய வேளையில், அவள் மிகவும் மோசமான, கேவலமான, கீழ்த்தரமான ஒருத்தியென்றுதான் திருமதி. ரணசிங்கவுக்குத் தோன்றியது. அன்று அந்த உபதேசம் காதில் விழுந்ததுமே அந்தப் பெண்ணைக் குறித்து ஒரு அறுவெறுப்புதான் அவளது மனதில் உருவானது. அந்தப் பெண்மணியின் குற்றச்சாட்டை தனது கணவனிடம் கூறாமல் தவிர்த்தது, அதனால் அவரது மனம் புண்படக் கூடும் என்று அவள் கருதியதால்தான். இல்லாவிட்டால்,

அவள் மிகுந்த பதிபக்தியோடு கணவனை குருட்டுத்தனமாக நம்பியிருந்ததாலா?

அன்று அந்தப் பெண்மணி வெளிப்படையாகக் கூறிய அனைத்துமே உண்மைதான் என்பதை வெகுகாலம் செல்லும் முன்பே அவள் ஏற்றுக் கொள்ள நேர்ந்தமைதான் விதியின் ஏற்பாடாக இருந்தது. அந்தப் பெண்மணி சொன்னது அனைத்தும் உண்மைதான் என்பது காலத்தினால் உறுதிப்படுத்தப்பட்டதால்தான், அந்த எண்ணம் அவளது மனதினுள் ஆழமாகப் பதிந்திருந்தது. இருந்தும் ஒரு பெண், இன்னொரு பெண் மீதுள்ள பச்சாதாபத்தால் கூறிய கருத்தாக அதை எடுத்துக் கொள்ள தனக்கு நேர்ந்த விதத்தை திருமதி.ரணசிங்க மனதால் அழுதவாறுதான் நினைத்துப் பார்த்தாள்.

‘என்கிட்ட உண்மையைச் சொல்லுங்கோ. யார் இந்த பத்ரா?‘

‘எனக்குத் தெரிஞ்ச ஒரு பத்ராவும் இல்ல.‘

‘அப்போ உங்க கூட இருக்குற இது யாரு?‘

துப்பறியும் வேலை பார்க்கும் தோழியொருத்தியின் உதவியோடு, அவளிடமிருந்து பெற்றுக் கொண்ட புகைப்பட ஆதாரங்களைக் காட்டி விசாரித்த வேளையில் கணவன் திடுக்கிட்டுப் போன விதத்தை திருமதி.ரணசிங்க காயப்பட்ட மனதோடு நினைத்துப் பார்த்தாள். அவள், மகளைப் பிரசவிக்கக் காத்திருந்த வேளையில்தான், கணவன் பத்ரா எனப்படும் பெண்ணோடு கள்ளத் தொடர்பைப் பேணி வந்திருந்தார். அது எவ்வளவு கேவலமானது? கணவனால் எந்த விளக்கத்தையும் கூறி தப்பிக்க முடியாது. என்றாலும், அவள் அப்போது எந்தத் தீர்மானத்தையும் எடுக்க முடியாத இக்கட்டான நிலைமையில் இருந்தாள். குழந்தை வயிற்றில் இருந்ததால், அனைத்தையும் மிகுந்த வேதனையோடு சகித்துக் கொண்டாள். ஒவ்வொரு நாளையும் மனதால் செத்துச் செத்துப் பிழைத்துக் கடத்தினாள். அதன் பிரதிபலனை

கடைசியில் இருவருமே அனுபவிக்க நேர்ந்துள்ளதை சொல்லாதிருக்க முடியுமா?!

மகள் பிடிவாதமாக தனக்குப் பிடித்த விதத்தில், குடும்பத்துக்குப் பொருந்தாத ஒருவரைத் திருமணம் முடித்து தனது வாழ்க்கையைத் தொடங்கிய வேளையில், அவளை வயிற்றில் சுமந்திருந்த காலத்தில் தான் மனதால் அனுபவித்த துன்பங்களையெல்லாம் திருமதி. ரணசிங்க ஆயிரம் தடவைகளாவது எண்ணிப் பார்த்திருப்பாள். உண்மையில், தான் அனுபவித்த மனக் கஷ்டங்களின் பிரதிபலனாக மகளின் நடவடிக்கையைக் கருத இயலாதா? கணவன் துரோகம் இழைத்திருப்பதை அறிந்து கொண்ட சந்தர்ப்பத்தில் அந்த வலியை அனுபவிப்பதல்லாமல், வேறு எதையும் செய்ய வழியிருக்கவில்லை. அவள் அதைத் தாங்கிக் கொண்ட விதம் ஒரு விதத்தில் உண்மையிலேயே வியப்புக்குரியதுதான். கணவன் தனது குற்றத்தை ஏற்றுக் கொள்ளவும் இல்லை. எந்த முடிவையும் அவள்தான் எடுக்க வேண்டும் என்றுதான், அன்று அவர் தெளிவாகச் சொன்னார்.

'இனிமேலும் என்கூட சேர்ந்து வாழப் போறியா இல்லையான்னு எல்லாம் நான் கேட்க மாட்டேன். தன்னோட வாழ்க்கையைத் தீர்மானிக்குற உரிமை எல்லார்கிட்டயும் இருக்கு. நான் அதுக்கு எதிர்ப்பு தெரிவிக்க மாட்டேன்.'

கணவனது கூற்று எவ்வளவு ஆழமானது? கடுமையானது? அவளது பொறுமை மாத்திரம் இருந்திருக்காவிட்டால் அன்றே இந்த பந்தம் முடிந்து போயிருக்க வாய்ப்பிருந்தது. அவ்வாறு நடந்திருந்தால், இந்த மகன் அவளது வயிற்றில் பிறந்திருக்கவும் மாட்டான்.

அவளது வயிற்றில் வந்து பிறந்தது, நற்குணங்களைக் கொண்ட சிறந்தவரொருவரின் மகனா என்ன? புலிக்குப் பிறந்தது பூனையாகுமா என்று சொல்லப்படுவதை எவ்வாறு நிராகரிக்க முடியும்?

உறவினர்கள் மத்தியில் மட்டுமல்லாமல், மகனின் நண்பர்களிடத்திலும் அவனது காதல் தொடர்பு இரகசியமானதாக இருக்கவில்லை. அவள் அனைவரதும் மனம் கவர்ந்த அழகியொருத்தி. உண்மையிலேயே ஒரு நல்ல பெண்பிள்ளையாக, அடக்கமாக, ஒழுக்கமாக, பக்குவமாக, நேர்த்தியாக அவள் வளர்ந்திருந்த விதம் எவ்வளவு பாராட்டத்தக்கதாக இருந்தது? அவள் சிறந்த குணநலன்களைக் கொண்டவள் என்று கூறவும் இரண்டு தடவைகள் யோசிக்கத் தேவையிருக்கவில்லை. மகனுக்கு அவளைப் பிடிக்காமல் போனது ஏன்?

'அவளொரு முட்டாள், அம்மா. நான் சொன்னதுக்காக உயர்தரப் பரீட்சையை ரெண்டாம் தடவையும் எழுதினாள். ஆனா, முதல் தடவை எடுத்த பெறுபேறைக் கூட இந்தத் தடவை அவளால பெற்றுக் கொள்ள முடியாமப் போயிருக்கு.'

'அதனாலதான் இந்த முடிவை எடுத்தியா?'

'எனக்கு வருங்காலத்தில கிடைக்கப் போற தொழிலால, எனக்கு வரப் போற பொறுப்புகளைப் புரிஞ்சுக்க முடியாத ஒருத்தியோட என்னோட வாழ்க்கையைக் கட்டியெழுப்ப முடியாது அம்மா. பல்கலைக்கழகத்துக்குப் போன ஆணோ, பெண்ணோ, பல்கலைக்கழகத்துக்குப் போகாத ஆணையோ, பெண்ணையோ கல்யாணம் முடிப்பது சரியில்லன்னு நிறைய உதாரணங்களையெல்லாம் குறிப்பிட்டு எங்க ஜயசிங்க சார் விளங்கப்படுத்தியிருக்கார். அது உண்மைதான்னு அப்பாவும் ஒருநாள் சொன்னார்....'

வாலிப வயதையெட்டி வளர்ந்து வரும் மகன் வெளிப்படுத்திய கருத்துகளில் எவ்வித நியாயமும் இல்லையென்றே திருமதி. ரணசிங்கவுக்குத் தோன்றியது. ஆனாலும், அவனிடம் எதையும்

விளங்கப்படுத்திச் சொல்லவும் முடியாது. மகன், அவள் கேட்கும் எந்தக் கேள்விக்கும் மிகுந்த உதாசீன உணர்வோடுதான் பதிலளிப்பான். உண்மையில் மகன் வெளியாட்கள் இருக்கும் இடத்தில் கூட அவளை மட்டமாகக் கதைத்த சந்தர்ப்பங்கள் எண்ணிலடங்காதவை. அவன் பாரதூரத்தை யோசிக்காமல் பேசும் சொற்கள் மிகவும் மோசமானவை. அவனை இவ்வுலகத்துக்கு பிரசவித்தது யார் என்று கேட்டால் உறுதியாக 'அப்பா' என்று சொல்வதற்குக் கூட அவன் தயங்க மாட்டான். தனது வயிற்றிலிருந்து பிறந்த குழந்தை எவ்வளவு சுயநலமானதாக இருக்கிறது? அவனது ஜீவிதத்தில் தான், ஒரு தாயாக, எந்தப் பயனுமற்ற ஒருத்தியாக உணர்த்தப்பட்ட சந்தர்ப்பங்களும் இருக்கின்றன அல்லவா என்றும் திருமதி.ரணசிங்கவுக்குத் தோன்றியது.

அவளது நினைவுக்கு வரும் ஞாபகங்கள் எவற்றாலும் அவளுக்கு மன நிம்மதி கிடைக்கவேயில்லை. ஏன் அது? போன ஜென்மத்தில் செய்த பாவத்துக்கு யாரேனும் அவளைத் தண்டித்துக் கொண்டிருக்கிறார்களோ?

பல்கலைக்கழகத்துக்குப் போய் ஒரு வருடம் போல கழிந்த பிறகு ஒரு நாள் மகன் எவ்வித முன்னறிவிப்பும் இல்லாமல், கிட்டத்தட்ட பத்து தோழர், தோழியர்களைக் கூட்டிக் கொண்டு வீட்டுக்கு வந்தான். வீட்டுக்கு வந்த உடனேயே கட்டளையொன்றைப் போல கூறிய வார்த்தைகள் 'எங்களுக்கு சமைச்சுப் போடு' என்பதுதான். நிச்சயமாக, அது அப்பாவிடமிருந்து அவனுக்கு உரித்தாகியுள்ள குணம்தான்.

மகனின் கட்டளைக்குக் கீழ்ப்படிவதல்லாமல், செய்வதற்கு வேறு எதுவும் இருக்கவில்லை. அவள், மகனின் கௌரவத்தை சிறப்பாகப் பேணும் விதமாக அனைவரையும் சிறப்பாகக் கவனித்துக் கொண்டது, விருந்துபசாரம் செய்து உபசரித்தது என அனைத்தையும் தன்னந்தனியாக, எவருடைய உதவி ஒத்தாசையும் இல்லாமல்தான்

செய்தாள். வந்திருந்தவர்கள் மனம் விரும்பிய விதத்தில் உண்டு களித்து கும்மாளமிட்டு விட்டு மாலை நேரமானதும் புறப்படத் தயாரான வேளையில் மகன், ஒரு இளம்பெண்ணைக் கையால் பிடித்திழுத்துக் கொண்டு வந்து, 'அம்மா இவளோட முகத்தை நல்லா ஞாபகம் வச்சுக்கோ. நான் பிறகொரு நாள் வந்து விஷயத்தைச் சொல்றேன்' என்றான். அதுதான் ஒரு மகன் அம்மாவின் மீது வைத்திருக்கும் மரியாதையின் அளவு. எவ்வாறாயினும், பின்னர் ஒருபோதும் அந்த இளம்பெண்ணைக் குறித்து அவன் ஏதும் கூறாததால், ஒரு தாயாக, தான் பெற்றெடுத்த பிள்ளை மீது பொறுப்போ, பாச உணர்வோ இருந்ததால்தான் அவளே அதைக் குறித்து நினைவுபடுத்தினாள்.

'அவள் மெடிகல் ஃபெகல்டில இருக்கிறாள். என்னோட கூட்டாளிட ஆன்ட்டியோட மகள். கூட்டாளி வீட்டுப் பார்ட்டில அவளைச் சந்திச்சேன். எனக்கு அவளைப் பிடிச்சிருக்கு.'

ஒரு பிள்ளை வயதுக்கு வந்த பிறகு சுயாதீனமாவது என்பது வியப்புக்குரியதல்லதான். என்றாலும், உடலைப் பற்றி யோசித்துப் பார்க்காமல் கழுத்தை அறுத்துப் போட்டது போல சுயாதீனமாவது எவ்வளவு தந்திரமானது?!

மகன், புதிய காதலியொருத்தியைத் தேடிக் கொண்டதை விடவும், தனக்கு முன்பே மகன் தனது தந்தையிடம் புதிய காதலியைப் பற்றிய விவரங்களைச் சொல்லி அவளது புகைப்படத்தைக் கூட அவருக்கு அனுப்பி வைத்திருந்ததை அறிந்து கொண்டதுதான் திருமதி. ரணசிங்கவுக்குக் கவலையைத் தந்தது,

மகன், பெண்பிள்ளையொன்றை வீட்டுக்குக் கூட்டிக் கொண்டு வந்து அறிமுகப்படுத்தியதைச் சொல்வதற்கு ஒரு நாள் திருமதி.ரணசிங்க தனது கணவனைத் தொலைபேசியில் அழைத்து

மிகுந்த தயக்கத்தோடுதான் அதைக் கூறினாள். மகனின் ஒழுக்கம் குறித்து கணவன் என்ன நினைக்கக் கூடும்? அவனை வளர்த்திருக்கும் விதம் பற்றி கணவனிடமிருந்து திட்டு வாங்க வேண்டி வருமோ? போன்ற கேள்விகள் மனதுக்குள் அலையடித்துக் கொண்டிருந்தன. ஆனால், அவள் ஏதேனும் கூறுவதற்கு முன்பே கணவன் கூறியது என்ன?

'மகனுக்கு ஒரு பெண்பிள்ளை மேல விருப்பம் வந்திருக்குன்னு நினைக்கிறேன்...'

'ஆமா. என்கிட்ட சொன்னான். போட்டோவும் அனுப்பியிருந்தான். மெடிகல்ஃபெகல்டில படிக்குற பொண்ணு. ரொம்ப அழகான பிள்ளை. குடும்பம் கூட நல்ல அந்தஸ்துள்ள குடும்பம்தான். அந்தப் பிள்ளையோட அம்மாவும் ஒரு டொக்டராம். எந்தளவு பொருத்தம்னு பாரு.... அந்தப் பிள்ளையோட அப்பாவும் எலக்ட்ரிகல் எஞ்சினியராம். நிஜமாவே மகன் நல்ல புத்திசாலிதான்...'

புத்திசாலி கூட குற்றமிழைத்திருப்பதைத்தானா கணவனிடம் இப்போது சொல்ல வேண்டியிருக்கிறது?

திருமதி. ரணசிங்க, மகனின் வருங்கால மாமியாரிடமிருந்து தனக்கு வந்த தொலைபேசி அழைப்பைக் குறித்து மிகுந்த கவலையோடு நினைத்துப் பார்த்தாள்.

'.... இல்ல. அப்படியெல்லாம் நினைக்காதீங்க. நாங்க நல்லா யோசிச்சு, பாரதூரமெல்லாம் பார்த்துத்தான் இந்தத் தீர்மானத்துக்கு வந்திருக்கோம். நாங்க எங்க மகளை ரொம்பக் கவனமா கண்ணுக்குள்ள வச்சு பார்த்துப் பார்த்து வளர்த்திருக்கோம். அடுத்தது, இந்தத் தீர்மானத்தால ரொம்பவே அவமானப்படப் போறது நாங்களும், எங்க மகளும்தான். இருந்தாலும், இந்தக் கல்யாணம் வேணாம்னு மகளே மனசைத் தயார்படுத்திக்கிட்டா. நடந்தது எல்லாம்

நல்லதுக்குத்தான்னுதான் நாங்களும் நினைக்கிறோம். ஏதோ போன ஜென்மத்துல என் மகள் செஞ்ச புண்ணியம், கடைசிக் கட்டத்திலாவது கடவுள் எங்களைக் காப்பாத்தியிருக்கார்...'

மகன் என்ன தவறிழைத்தான் என்று கூறாவிட்டாலும் கூட, திருமண வைபவத்தை நிறுத்துமளவுக்கான காரணம் மணமகனது ஒழுக்கம் தொடர்பான பாரிய விடயம் ஏதோவொன்று என்பதைப் புரிந்து கொள்ள திருமதி. ரணசிங்கவால் முடிந்தது.

'பசங்க, பொண்ணுங்க காதலிக்குறாங்க, பிரியுறாங்க... இது சாதாரண விஷயம்தான். ஆனா ஒரு பையன், கல்யாணத்துக்கு எல்லாமும் தயாரான நிலைமைல, வைபவம் இவ்வளவு பக்கத்துல நெருங்கியிருக்குறப்ப ஒரு பொம்பளைப் பொறுக்கின்னு தெரிய வந்த பிறகும், சமூகம் என்ன சொல்லுமோன்னு பயந்துக்கிட்டு எங்க மகளைப் பலியாக்க நாங்க விரும்பல. அவ்வளவுதான் என்னால சொல்ல முடியும்...'

திருமதி. ரணசிங்க மனதைக் கல்லாக்கிக் கொண்டு, மகனைத் திருமணம் முடிக்கவிருந்த அந்த இளம்பெண்ணைச் சந்திக்கத் தீர்மானித்தாள். எந்தப் பிரச்சினையாக இருந்தாலும், ஏதேனுமோர் இடத்தில் அதைத் தீர்க்க முடியுமென்றால் அந்தச் சந்தர்ப்பத்தைத் தவிர்த்து விடுவது பெரும் பிழை. மனதைச் சரிப்படுத்திக் கொண்ட திருமதி. ரணசிங்க, புறப்படும் முன்பு மகனிடம் சொல்லி விட்டுச் செல்ல வேண்டுமா என்று யோசித்துப் பார்த்து பிறகு தேவையில்லை என்று முடிவுக்கு வந்தாள்.

திருமதி. ரணசிங்க முதன்முதலாக, தான் தனியாக எடுத்த தீர்மானத்தைக் குறித்து மகிழ்ச்சியடைந்தாள். கவலை, வலி இவற்றுக்கு மத்தியில், மகன் இரண்டாம் தடவையும் அருமையான வைரமொன்றை இழந்து விட்டிருப்பதாக அவளுக்குத் தோன்றியது.

‘...ஆன்ட்டி, உங்களை நினைச்சுப் பார்த்தா எனக்கும் கூட ரொம்பக் கவலையாத்தான் இருக்கு. எனக்கு உங்களை ரொம்ப பிடிச்சிருக்கு. இருந்தாலும் ஆன்ட்டி, நெருப்புல எரியப் போறோம்னு தெரிஞ்சுக்கிட்டே, நெருப்பைக் கட்டியணைச்சுக்க முடியாது, இல்லையா? அவர், நாம கற்பனை பண்ணிக் கூட பார்க்க முடியாத ஒரு ஆள். எனக்கு ஒருபோதும் அவர் மேல சந்தேகமே வந்ததில்ல. அவர் வேறொரு பெண்பிள்ளையைக் காதலிச்சிருந்தாக் கூட என்னால அதைப் புரிஞ்சுக்க முடியும். ஆனா ரெண்டு பிள்ளைகளோட தாயொருத்தியோட அவர் வச்சிருக்குற தொடர்பும அது என்னன்னு யோசிச்சுப் பார்க்க முடியும், இல்லையா? தகவல் கிடைச்சதுமே நாங்க அதை நம்பல. அப்பாதான் அதுக்குப் பின்னால தொடர்ச்சியா விசாரிச்சுப் பார்க்கத் தொடங்கியிருக்கார். வார இறுதி நாட்கள் ரெண்டுலயும், ரெண்டு பேரையும் ஒண்ணா ரெண்டு இடத்துல வச்சு என்னோட அப்பாவே நேர்ல பார்த்திருக்கார். ஒரு நாள் நுவரெலியாவுல. இன்னொரு நாள் ஹலாவத்தையில. என்னோட மனசுல அவர் மேல தோன்றியிருக்குற அறுவெறுப்பை ஒருபோதும் அழிக்க முடியாது, ஆன்ட்டி. இப்போதைக்கு என்னாலன்னா இன்னொருத்தரைக் கல்யாணம் பண்றதையும் நினைச்சுக் கூடப் பார்க்க முடியல. வருங்காலத்துல என்ன நடக்குமோ தெரியாது. நாங்க நாலு வருஷத்துக்கும் மேலா காதலிச்சிட்டிருந்தோம். அவரை எந்தளவு நம்பியிருந்தேன்? எனக்கு இந்த வாழ்க்கையைப் பற்றி இப்ப வெறுப்பே வந்துடுச்சு. தற்செயலாக் கூட இனிமேல அவர் என் கண் முன்னால தோன்றக் கூடாதுன்னுதான் இப்பல்லாம் நான் பிரார்த்திச்சிட்டிருக்கேன்...’

அக்கா

1.

அக்காவுக்குக் கல்யாணம் நடந்த நாளில் நான் எந்தளவு மகிழ்ச்சியடைந்திருந்தேன் என்பதைச் சொல்லி முடிக்க முடியாது. அவள் வீட்டை விட்டுப் புறப்பட்ட வேளையில் எனக்கு மிகுந்த கவலை தோன்றிய போதிலும், ஒரு மணப்பெண்ணாக அலங்கரிக்கப்பட்டிருந்த அவளை நான் மிகவும் பெருமிதமாகத்தான் பார்த்துக் கொண்டிருந்தேன். அவள் என்னை அணைத்துக் கொண்டு விம்மியழுத கணத்தில் எனக்கும் கவலை மிகைத்து அழுகை வந்தது என்ற போதும், சிறிது நேரத்திலேயே நான் மீண்டும் பழைய நிலைமைக்குத் திரும்பி விட்டிருந்தேன்.

அக்காவின் கல்யாணத்துக்கென பந்தலைக் கட்டத் தொடங்கிய நாளிலிருந்தே எங்கள் வீட்டுக்கு கல்யாணக் களை வந்து விட்டிருந்தது. அதுதான் எங்கள் வீட்டில் நடைபெறும் முதல் திருமண வைபவம். அதுவும் அக்காவுடையதாக அமைந்ததால் அனைவரதும் ஆசிகளுக்குக் காரணமாக அமைந்திருந்தது. எமது குடும்பத்தினரதும், உறவினர்களதும், அயலவர்களினதும் பாசத்தையும், நன்மதிப்பையும் வென்றிருந்தவள் அக்கா. அவளின் கல்யாணத்துக்கு பல விதங்களிலும் உதவி உபகாரங்கள் செய்வதற்கென பலரும் முன்வந்திருந்தார்கள். கிராமத்தில் அனைவரும் போல அந்த நாட்களில் மாலை நேரங்களை எங்கள் வீட்டில்தான் கழித்தார்கள். அந்தத் திருமண வைபவத்தை முடிந்து போகாமல் எல்லா நாளும் வைத்திருக்க முடிந்தால் எவ்வளவு நன்றாக இருக்கும் என்று அப்போதெல்லாம் எனக்கு பல தடவைகள் தோன்றியிருந்தன.

நண்பர்களோடு சேர்ந்து கொண்டு விளையாடித் திரிய இடம் கிடைத்ததால் நான் மிகவும் மகிழ்ச்சியாக சுற்றித் திரிந்து கொண்டிருந்தேன். கல்யாணப் பந்தலைக் கட்டுவதில் கலந்து கொள்வது, தேவையான மேசை கதிரைகளை இரவல் வாங்கிக் கொண்டு வரவென ஒவ்வொரு வீடாகப் போய் வருவது போன்றவை பெரியவர்களுக்காக ஒதுக்கப்பட்ட வேலைகள் என்ற போதிலும் எமக்கும் அவை மிகுந்த ஆர்வத்தோடு கலந்து கொள்ளும் விளையாட்டுகளாக ஆகி விட்டிருந்தன.

குடும்பத்தில் அனைவருக்கும் புதிய உடுப்புகள் கிடைத்ததுவும் மிகுந்த மகிழ்ச்சிக்குரிய விடயமாக இருந்தது. அக்காவின் திருமணத்தை முன்னிட்டே எனக்கு முதன்முதலில் ஒரு ஜோடி சப்பாத்தும் கிடைத்திருந்தது. பட்டாசுகளைக் கொளுத்துவது என்பது அண்ணாவின் பொறுப்பில் விடப்பட்ட, அவன் ஆவலுடன் எதிர்பார்த்துக் காத்திருந்த, நம் அனைவரதும் கவனத்தை ஈர்த்த ஒரு விடயமாகும். எமக்குக் கொளுத்த ஒரு பட்டாசு கூடக் கிடைக்காது என்ற உணர்வில் இந்தக் காரியத்தை அவனிடம் ஒப்படைத்திருந்தது குறித்து ஆரம்பத்தில் எனக்குள்ளே பொறாமை ஏற்பட்டிருந்தது. எனினும், சற்றும் எதிர்பார்த்திராத விதத்தில் அண்ணா எம்மையும் அந்தப் பணியில் சேர்த்துக் கொண்டதோடு பூ வெடிகளைக் கொளுத்தும் பணி என்னிடம் ஒப்படைக்கப்பட்டதும், அண்ணாவின் மீது மிகுந்த நெருக்கமான உணர்வை எனதுள்ளத்தில் ஏற்படுத்த அது காரணமாக அமைந்தது.

அக்காவின் திருமண வைபவத்துக்குத் தயாரான நாளிலிருந்து, அது முடிவுற்றது வரையில் மிகவும் மகிழ்ச்சியோடு நினைத்துப் பார்க்க முடிந்த பல விடயங்கள் இருந்தன. என்றாலும், நான் அனுபவித்த அந்த அளவற்ற ஆனந்தமெல்லாம் மங்கிப் போய், அவை எனது இதயத்தைத் துளைத்தெடுக்க ஆரம்பித்த விதம் சொல்லி முடிக்க

முடியாதது. அதற்குக் காரணமானது என்ன என்பது பற்றி அப்போதெல்லாம் எனக்கு சரியாகத் தெரியவில்லை. அதைக் குறித்து எவரிடமும் விசாரிக்கக் கூட வழியிருக்கவில்லை. நான் ஏதேனும் விசாரிக்க முற்படும்போதெல்லாம் அனைவருமே கடுமையாகப் பேசி என்னை விரட்டி விடுவதால், நான் எனது எண்ணங்களை அடக்கிக் கொண்டு மிகவும் சுயபச்சாதாபத்தோடு காலம் கழிக்கப் பழகியிருந்தேன்.

எவ்வாறாயினும், எனது ஞாபகத்தில் நிலைத்திருக்கும் சில சம்பவங்கள் மூலமாக எனது மனதில் அலையடித்துக் கொண்டிருந்த ஒவ்வொரு விடயங்களையும் ஒரு ஒழுங்கில் வரிசைப்படுத்தி பொருத்திப் பார்த்து காரண காரியங்களை உறுதிப்படுத்திக் கொள்ளும் அளவிற்கு நான் இன்று முதிர்ச்சியடைந்திருக்கிறேன் என்று நினைக்கிறேன். அக்காவின் திருமணத்தின் போது எனக்கு பத்து வயதிருக்கும். இப்போது நான் இருபத்தைந்து வயது இளைஞன். அன்று எனது மனதில் ஒரு கேள்வியாகக் கிடந்த விடயம் இன்று எனது மனதைத் துளைத்து மிகுந்த கவலையைத் தோற்றுவிக்கத் தொடங்கியுள்ளது.

அக்காவின் திருமணம் காரணமாக மிகுந்த மகிழ்ச்சியில் ஆழ்ந்திருந்த குடும்பத்தினரதும், உறவினர், நண்பர்களினதும் வதனங்கள் களையிழந்து போன நாளைப் போலவே, களையிழந்து போன விதத்தையும் என்னால் இப்போதும் தெளிவாக நினைத்துப் பார்க்க முடியும். ஒன்றாகப் புறப்பட்டுப் போயிருந்த அனைவரும் ஒருவரோடு ஒருவர் கதைத்துக் கொள்ளாமல் திகைப்போடு காலம் கடத்திய அந்த மோசமான நாள், ஒரு மயானத்தைப் போல இப்போதும் ஆழ்ந்த அமைதியில் மூழ்கியிருப்பதாகக் கூற முடியும். அன்று, துயருற்ற முகங்கள் வாடி வதங்கிப் போய் பிறகு ஏதேனும் கலவரத்தை ஏற்படுத்தவில்லையா என்ன?

அக்காவின் திருமண வைபவத்தின் இரண்டாம் நாளன்றுதான் இந்த அபாக்கியமான நிலைமை உருவாகியிருந்தது. இரண்டாம் நாள் வைபவமான மணமகன் வீட்டு விருந்துக்கு நாங்கள் அனைவரும் மிகுந்த மகிழ்ச்சியோடுதான் வீட்டிலிருந்து புறப்பட்டுப் போயிருந்தோம். என்னை வீட்டில் விட்டுவிட்டுச் செல்ல தீர்மானிக்கப்பட்டிருந்த போதிலும் எனது புதிய ஆடைகளையும், சப்பாத்துகளையும் அணிந்து கொள்ளும் ஆசையை வெளிப்படை யாகவே கெஞ்சிக் கூத்தாடி நானும் அந்தப் பயணத்தில் இணைந்து கொண்டேன். அன்று அந்தப் பயணம் போகாமலேயே இருந்திருந்தால் எவ்வளவு நன்றாக இருந்திருக்கும் என்றும் எனக்கு சில வேளைகளில் தோன்றும். இருப்பினும், அது ஒரு பிரயோசனமும் இல்லாத யோசனையொன்று என்றும் மனம் மறுதலிக்கும்.

நாங்கள் கொண்டு போயிருந்த வீட்டுச் சாதனப் பொருட்கள், பொதிகள் ஒவ்வொன்றாக அக்கா குடியிருக்கப் போகும் வீட்டில் அடுக்கப்பட்டன. அந்தப் பொதிகளையும், சாமான்களையும் நாங்கள் மிகவும் கவனமாகத்தான் வாகனத்தில் ஏற்றியிருந்த போதிலும் அவற்றை அந்த வீட்டார் ஏனோதானோவென்றுதான் இறக்கி அடுக்கினார்கள். அதைக் குறித்து எனது மனம் வருந்தியது இப்போதும் நினைவிருக்கிறது.

சிவப்புச் சேலையொன்றை உடுத்தியிருந்த அக்கா வெற்றிலைச் செப்பை ஏந்தி நின்று அம்மாவையும், அப்பாவையும் வரவேற்றாள். அந்தக் கணத்தில் எமது உறவினர்கள் மகிழ்ச்சியோடு இருப்பது போலவே தென்படவில்லை. வெண்ணிறத் துணி விரிக்கப்பட்டிருந்த கதிரைகளில் வரிசையாக எமது உறவினர்கள் மெதுவாக அமர்ந்து கொண்டதோடு அம்மா, அக்காவை நெருங்கினாள். அவள், அம்மாவையும் கூட்டிக் கொண்டு தனது அறைக்குள் நுழைந்தாள். நானும் அம்மாவின் பின்னாலேயே அறைக்குள் ஓடிப் போனேன். ஒரு

நொடிக்குள் அக்கா விம்மியழத் தொடங்கியிருந்தாள். அம்மா மிகவும் பதற்றத்துக்குள்ளானவள் போலக் காணப்பட்டாள். எனக்கு ஒன்றுமே விளங்கவில்லை. நான் அக்காவை நெருங்கியது நினைவிருக்கிறது.

'என்னாச்சுக்கா?'

'என்னோட கோபத்தைக் கிளப்பாம இங்கிருந்து போயிடு' என்று அம்மா மிரட்டும் தொனியில் என்னைத் திட்டினாள். நான் மெதுமெதுவாக அறை வாசலை நெருங்கினேன். என்னை வெளியே துரத்தி விடும் தேவை அம்மாவுக்கு இருக்கவில்லை. நான் வாசலருகில் நின்று கொண்டிருந்தேன். அக்கா விடாமல் அழத் தொடங்கியிருந்தாள். அம்மா கன்னத்தில் கையை வைத்தவாறு யோசிக்கத் தொடங்கியிருந்தாள். வைத்த கண் வாங்காமல் அவர்களையே பார்த்துக் கொண்டிருந்தேன். பின்னர் அறையில் வைக்கப் பட்டிருந்த கண்ணாடி மேசையின் மீது எனது பார்வை சென்றது. அதில் முட்டை வடிவத்திலிருந்த பெரிய கண்ணாடி சுக்குநூறாக உடைந்து போயிருந்தது. சின்னச் சின்ன கண்ணாடித் துண்டுகள், மேசையின் மீதும், தரையிலும் விழுந்து கிடந்தன. பவுடர் டின்னொன்றும், இன்னும் ஏதேதோ போத்தல்களும் கண்ணாடி மேசையின் அருகில் தரையில் விழுந்து பரந்திருந்தன. எனக்கு அக்காவின் கணவன் நினைவில் வந்தார். கண்ணாடி மேசை உடைந்திருப்பதை அவரிடம் சொல்ல வேண்டும். அவர் அதை அறிந்திருப்பாரா? அவர் எங்கேயிருக்கிறார்? நாங்கள் இந்த வீட்டுக்கு வந்ததிலிருந்தே இதுவரையில் அவர் எனது பார்வையில் படாதது ஏன்? அவர் எங்கே போயிருக்கிறார் என்பதைப் பற்றி அக்காவிடம் கேட்டுத் தெரிந்து கொள்ள வேண்டும் என்று தோன்றிய போதிலும், அந்தக் கேள்வியைக் கேட்க இப்போது அக்காவின் அருகில் போனால் மீண்டும் அம்மாவின் கோபத்துக்கு ஆளாகி விடக் கூடும் என்ற பயம் எழுந்ததால் நான் இருந்த இடத்திலேயே அமைதியாக நின்றிருந்தேன்.

அந்தச் சமயத்தில்தான் எமது பெரிய அத்தை அந்த அறைக்குள் நுழைந்தாள். அவள் அம்மாவிடம் ஏதோ கேட்டாள். அம்மாவின் பதிலைக் கேட்டு இரண்டு கைகளையும் உயர்த்தி மாரில் அடித்துக் கொண்டாள். சற்று நேரம் அங்கேயே நின்றிருந்த பெரிய அத்தை அறையிலிருந்து வெளியே போனாள். பின்னர் ஒவ்வொருவராக அறைக்குள் வந்து போகத் தொடங்கினார்கள். அக்கா அப்போதும் ஒரே சீராக அழுது கொண்டேயிருந்தாள். அம்மா எதுவும் பேசாமல் பார்த்த இடத்தையே வெறித்துப் பார்த்துக் கொண்டிருந்தாள். அந்த வீடு முழுவதும் ஆழ்ந்த அமைதியொன்று சடுதியாகத் தோன்றியிருந்தது. அக்காவைத் திருமணம் முடித்திருந்தவரின் அம்மாவும், எமது சலவைக்கார மாமியும், இன்னும் அதே போல ஒரு மாமியும், பெரிய அத்தையும் அறைக்குள் நுழைந்தார்கள். இன்னும் சில பெண்கள் அவர்களைத் தொடர்ந்து அறைக்குள் நுழைவதை நான் கண்டேன். யாரோ ஒரு பெண் என்னை வெளியே தள்ளி கதவை மூடினாள். நான் வெளியே வந்து மிகுந்த குழப்பத்தோடு வாசலருகிலேயே நின்று கொண்டிருந்தேன். உள்ளே என்ன நடந்து கொண்டிருக்கும்? அவர்கள் என்ன பேசிக் கொண்டிருப்பார்கள்? எதையுமே என்னால் தெரிந்து கொள்ள முடியவில்லை.

விறாந்தையில் இருந்தவர்களின் முகங்களிலும் எவ்வித வித்தியாசங்களும் தென்படவில்லை. வெகுநேரத்திற்குப் பின்னர்தான் அறையின் கதவு திறந்தது. அறைக்குள் நுழைவதா, வேண்டாமா என்று யோசித்தவாறு நான் இருந்த இடத்திலேயே நின்றிருந்தேன். தலையைக் குனிந்தவாறு ஒவ்வொருவராக அறையிலிருந்து வெளியே வந்தார்கள்.

சற்று நேரத்தில் அக்காவின் கணவன் எங்கிருந்தோ வந்தார். நான் அவருடன் முகம் முழுக்கப் புன்னகைத்தேன். அவர் முகத்தைத் திருப்பிக் கொண்டார். நான் அவரின் அருகே சென்றேன். அவர்

சிகரெட் ஒன்றைப் பற்ற வைத்து பெரியதொரு புகை வளையத்தை வெளியே விட்டார். அந்தப் புகையோடு சேர்த்து சாராயத்தின் மூக்கைத் துளைக்கும் கடுமையான நாற்றம் அவரிடமிருந்து வெளிப்பட்டது. 'சாராயமா? மாப்பிள்ளை சிகரெட் ஒன்றையாவது வாயில் வைக்க மாட்டார்' என்று கல்யாணத் தரகர் மிஸிஹாமி கூறியது முழுவதும் பொய் என்பது நன்றாகத் தெளிவானது. அப்பா அவரை நெருங்கினார். நான் மிகவும் பயந்து போனேன். அப்பா சிகரட்டைப் பறித்தெடுத்துக் கசக்கி மச்சானை அடித்து விடுவாரோ? அப்பா அவரை நெருங்கினால் சாராய வாடையையும் உணர்வார். எனது உடல் சில்லிட்டுப் போனது. அப்பா, மச்சானை நெருங்கும்போதே அவர் அவ்விடத்திலிருந்து விலகிப் போய் விட்டிருந்தார்.

நாங்கள் அனைவரும் சாப்பாட்டு மேசையருகே அமர்ந்து கொண்டோம். பல விதமான உணவுகளால் சாப்பாட்டு மேசை நிரம்பியிருந்தது. சுவை நரம்பைப் பூரிக்கச் செய்யும் அருமையான சுகந்தம் அவற்றிலிருந்து வந்து கொண்டிருந்தது. என்றாலும், அன்றைய தினம் விருப்பத்தோடு உணவருந்தியது வெகு சிலர்தான். நான் சாப்பாடு மேசையருகே அமர்ந்திருந்தவர்களின் எண்ணங்களைப் பரிசோதிக்கும் நோக்கத்தோடு ஒவ்வொருவரையும் பார்த்துக் கொண்டிருந்தேன். எனது பார்வை ஓரிடத்தில் நிலைத்து நின்றது. அங்கிருந்தவள் அம்மா. அவளது முகத்தில் எவ்வாறான உணர்வுகள் தென்பட்டுக் கொண்டிருக்கின்றன? அவள் கோபமாக இருக்கிறாளோ? எனக்குத் தெளிவாகப் புலப்படவில்லை. முகம் தென்படாத அளவுக்கு அவளது தலை தரையை நோக்கி குனிந்திருந்தது.

சாப்பாட்டு மேசையருகேயிருந்து எழுந்து கொண்ட சிறிது நேரத்தில் அக்காவுக்காகக் கொண்டு சென்றிருந்த அலமாரியைப் பொருத்தும் வேலைகள் தொடங்கின. அவ்வாறான வேலைகளால் எனது மனம் சற்று ஆறுதலடைந்திருந்தது. மாலை வேளையில் நாங்கள்

அந்த வீட்டிலிருந்து புறப்படத் தயாரானோம். அக்கா எமது வீட்டிலிருந்து புறப்பட்ட வேளையில் வாழ்த்துரைகள் நிகழ்த்தப்பட்டது போல, இவ் வேளையிலும் உரைகள் நிகழ்த்தப்படக் கூடும் என்று நான் எண்ணியிருந்த போதிலும், அவ்வாறு எதுவும் நடைபெறவில்லை. அக்கா வெற்றிலைச் செப்பொன்றை எடுத்துக் கொண்டு வந்து அம்மாவுக்கும், அப்பாவுக்கும் கொடுத்து விட்டு அவர்களது காலில் விழுந்து வணங்கினாள். தொடர்ந்து, எழுந்து நிற்க முடியாதவள் போல விம்மியழத் தொடங்கியிருந்தாள். அம்மாவும், அப்பாவும் கை கொடுத்துத் தூக்கி விட்டதும்தான் எழுந்து நின்றாள்.

அக்கா வெற்றிலைச் செப்பினை ஏந்தி வந்த போதே, மச்சானின் அம்மாவும் அவரது கையிலும் ஒரு வெற்றிலைச் செப்பினைக் கொடுத்து விட்டிருந்தாள். அவர் அதை எடுத்துக் கொண்டு வந்து எமது அப்பாவிடம் கொடுத்து விட்டு, அவரது கால்களில் மாத்திரம் விழுந்து வணங்கி விட்டு, அம்மாவை ஏறெடுத்தும் பார்க்காமல் முகத்தைத் திருப்பிக் கொண்டு அங்கிருந்து அகன்றார். அதைக் கண்டு அங்கு கூடியிருந்தவர்கள் அனைவரும் ஒருவரையொருவர் பார்த்துக் கொண்டார்கள். அம்மாவின் கண்களிலிருந்து கண்ணீர் வழிந்தோடிக் கொண்டிருந்தது. கணப் பொழுதில் அனைவரது முகங்களும் இருண்டு போயிருந்தன. இருண்டு வாடிப் போன முகங்களோடே ஒவ்வொருவராக தாம் வந்திருந்த வாகனங்களில் புகுந்து கொண்டார்கள். எம்முடன் வந்த அனைவரும் அந்த வீட்டிலிருந்து வெளியே வந்த பிறகு, நான் அக்காவின் அருகில் ஓடிப் போய் அவளைக் கட்டிக் கொண்டேன். அவள் எனது கன்னத்தில் முத்தமிட்டு மீண்டும் அழத் தொடங்கினாள். உடனே மச்சான் அருகில் வந்து 'போயிட்டு வாங்க மச்சான்' என்று கூறி எனது தலையைத் தடவிய போது எனக்கு மிகவும் இதமாக இருந்தது. அவரது தொனியில் பாசம் அடங்கியிருந்தது போல எனக்குத் தோன்றியது. நான் அவருக்குக் கீழ்ப்படிந்தேன்.

2.

சில காலத்திற்குப் பிறகு அக்கா எங்கள் வீட்டுக்கே வாழாவெட்டியாக திரும்பவும் குடியிருக்க வந்தாள். உண்மையில் அப்பாதான் போய் அவளைக் கூட்டிக் கொண்டு வந்தார். அந்தச் சமயத்தில் அவள் இரண்டு குழந்தைகளின் தாயொருத்தி. அவள் கணவனதும், கணவனின் தாயினதும் கடுமையான துன்புறுத்தல்களுக்கு முகம் கொடுத்துக் கொண்டிருந்ததை இப்போது நான் அறிவேன். அவளது திருமண வாழ்க்கை பிளவுபட்டுப் போனது எவ்வாறு? என்ன காரணத்தினால் அது நிகழ்ந்தது? இப்போது நான் காரண காரியங்களை அறிந்திருக்கிறேன்.

அக்கா மீது காண்பிக்கப்பட்டுக் கொண்டிருந்த பக்தி பூர்வமான, புனிதமான பாச உணர்வு எமது உறவுகளிடத்தில் மங்கிப் போய் விட்டிருந்தது. என்றாலும், அப்பா அவள் மீது காட்டும் கருணையும், பாசமும் அளவற்றவை என்றே எனக்குத் தோன்றுகிறது. முன்பெல்லாம் அப்பா அவளை 'மூத்தவளே' என்றுதான் அழைத்து வந்தார். ஆனால் இப்போதெல்லாம் 'மகளே' என்று அழைக்கிறார். அப்பா எங்காவது வெளியே போவதென்றால் கூட 'நான் போயிட்டு வாரேன் மகளே... குழந்தைகளைப் பார்த்துக் கொண்டு பத்திரமா இரும்மா' என்று அவளிடம் சொல்லி விட்டுத்தான் புறப்படுகிறார். அவர் சாப்பிடுவதற்கு முன்பு எப்போதும் 'நீ சாப்பிட்டியா மகளே? குழந்தைங்க சாப்பிட்டாங்களா?' என்று கேட்பது இப்போதெல்லாம் வழமையாகிப் போய் விட்டது. அதற்கு முன்பெல்லாம் அப்பா என்னைத்தான் 'மகனே' என்று அழைத்துக் கொண்டிருந்தார். அந்த அழைப்பு அக்காவுக்கு உரித்தானதன் பின்னர் அப்பா என்னை 'பிள்ளையே' என்று அழைக்கத் தொடங்கியிருந்தார். அது என்னை வருத்தப்பட வைத்தது. அம்மாவும் கூட அப்பாவையே பின்பற்றியதால் நான் மிகவும் கவலைக்குள்ளாகியிருந்தேன். என்றாலும், இப்போதெல்லாம் என் மனது அதற்குப் பழகி விட்டது.

கையறு நிலைக்குள்ளாகியிருக்கும் அக்காவுக்காக எனது வாழ்க்கையைத் தியாகம் செய்யக் கூட இப்போதெல்லாம் நான் தயாராக இருக்கிறேன். அவளின் மீது முன்பை விடவும் அதிகமாக என் மனதில் பாசம் தோன்றியிருக்கிறது. எங்கள் அம்மாவை விடவும் நன்றாக அக்கா எங்களைப் பார்த்துக் கொண்டாள், அல்லவா? எங்களையெல்லாம் கவனமாகப் பார்த்துப் பார்த்து வளர்த்தெடுத்தாள், அல்லவா? அது சிறு பராயத்தில்தான் என்றாலும் இப்போதும் அப்படித்தான், அல்லவா? எனது வாழ்நாள் முழுவதும் அக்காவைப் பத்திரமாகப் பார்த்துக் கொள்வதுதான் எனது ஒரே நோக்கம். இருந்தாலும், அவளது திருமண வாழ்க்கை பிளவுபட்டுப் போன கருணையேயற்ற அந்த மர்மத்தைக் குறித்து நான் ஒரு சீராக யோசித்துப் பார்த்தேன். எனது எண்ணம் சரியாக இருக்கக் கூடும்.

எமது தாத்தாவிடமிருந்து அப்பாவுக்குக் கிடைத்த தேங்காய் வியாபாரம்தான் அப்பாவின் தொழிலாக அமைந்தது. தாத்தாவின் வழிகாட்டலில் இந்த வியாபாரமானது அப்பாவின் கைகளால் மேலும் செழிப்பாக நடைபெற்றது என்று அநேகமானவர்கள் இப்போதும் சொல்வார்கள். அது உண்மையாகத்தான் இருக்க வேண்டும். அப்பாவிடமிருந்து சம்பளம் வாங்கும் இரண்டு மூன்று பேரும் வேலைக்கென இருந்தார்கள். அப்பாவின் தம்பியொருவரின் மகனான சோமதாஸ, அப்பாவின் உதவிக்கென எமது வீட்டில் தங்கியிருந்தார். சோமதாஸவின் படிப்பு பாதியில் நின்று போயிருந்ததாலும், சித்தப்பாவின் குடும்பத்தில் பிள்ளைகளின் எண்ணிக்கை அதிகம் என்பதாலும் சித்தப்பா, தனது மகன் கைத்தொழிலொன்றைப் பழகிக் கொள்ளட்டும் என்ற நோக்கத்தில் அவரை எமது அப்பாவிடம் பொறுப்பு கொடுத்திருந்தார்.

சோமதாஸ அண்ணன் என்னைத் தனது சைக்கிளிலேற்றிக் கொண்டு பாடசாலைக்குக் கூட்டிப் போவது, கூட்டி வருவது

போன்றவற்றைச் செய்து வந்ததோடு, அப்பாவுடன் தேங்காய்களை வாங்கிக் கொண்டு வர தோட்டம் துறவுகளைத் தேடிப் போவதையும் செய்து கொண்டு எமது குடும்பத்திலேயே ஒருவராக ஆகி விட்டிருந்தார். எனக்கு நினைவு தெரிந்த நாள் முதல் என்னைக் கிணற்றடிக்குக் கூட்டிக் கொண்டு போய் குளிப்பாட்டி விட்டதெல்லாம் அக்காதான். சோமதாஸ அண்ணனால் அந்த வேலையும் பொறுப்பேற்கப்பட்டிருந்தது. அவர் எனது வாழ்க்கைக்குப் போலவே, எமது குடும்பத்துக்கும் ஒரு பலமாக இருந்தார். சோமதாஸ அண்ணன் எங்கள் அண்ணன்மாரை விடவும் வயதில் மூத்தவர். என்றாலும் அவர் எமது குடும்பத்தில் அனைவரதும் நெருங்கிய சினேகிதர் போலத்தான் இருந்தார்.

ஒரு நாள் சோமதாஸ அண்ணன் தனது ஊருக்குக் கிளம்பிப் போனது எனக்கு நன்றாக நினைவிருக்கிறது. போனவர் திரும்பி வரவேயில்லை. அவர் வராதிருக்கின்றமை குறித்து நான் மிகுந்த கவலைக்குள்ளானேன். அப்பா, அம்மா, அக்கா ஆகிய மூவருமே சோமதாஸ அண்ணனைப் பற்றி நான் பல விதங்களிலும் எழுப்பிய் கேள்விகளுக்கு ஏதேதோ பதில்களைக் கூறி மழுப்பி உண்மையான விடயத்தை என்னிடமிருந்து மறைத்தார்கள். என்றாலும், அவர் மீண்டும் திரும்பி வராததன் காரணத்தை இப்போது நான் அறிவேன்.

சோமதாஸ அண்ணன் தனது ஊருக்குக் கிளம்பிப் போய் அங்கிருந்து கொண்டு, எமது அக்காவைத் திருமணம் முடிக்க விரும்புவதாக கடிதமொன்றை அனுப்பியிருக்கிறார். வியாபாரத்தில் அப்பாவின் ஒரேயொரு ஆலோசகராக மாத்திரமல்லாது ஏனைய பல விடயங்களிலும் வழிகாட்டியாகவுமிருந்த அப்பாவின் பாசத்துக்குரிய சோமதாஸ அண்ணனின் இந்தக் கடிதம் அப்பாவைக் கோபத்தில் கொந்தளிக்கச் செய்திருந்தது. அத்தோடு நிறுத்தாமல் அப்பாவும், அம்மாவும் சித்தப்பாவின் வீட்டுக்கே போய் பெரியதொரு

களேபரத்தை உருவாக்கி விட்டிருந்தார்கள். அதன் பிரதிபலனாகத்தான் சோமதாஸ அண்ணனுக்கு தனது சொந்த வீட்டிலிருந்தும் வெளியேற வேண்டிய சூழ்நிலை உருவானது. பிறகு அவருக்கு என்னவாயிற்று என எனக்குத் தெரியவில்லை. உறவுமுறை பொருந்தாததைச் சொல்லிச் சொல்லி அம்மா திட்டியதற்கும் மேலதிகமாக, அப்பா சித்தப்பாவின் முன்னிலையிலேயே சோமதாஸ அண்ணனைப் பல தடவைகள் தாக்கியிருக்கிறார். சோமதாஸ அண்ணன் எமது குடும்பத்திலிருந்தும், அவரது வீட்டிலிருந்தும் முழுமையாக வெளியேறியது அப்போதுதான். காலம் செல்லச் செல்ல அவரைப் பற்றிய ஞாபகங்களும் எமது எண்ணத்திலிருந்து நழுவிப் போய் விட்டிருந்தன.

சோமதாஸ அண்ணன் தொடர்பான இந்தத் தகவலை சந்தியில் கடை வைத்திருக்கும் அமரசேனவிடமிருந்துதான் நான் அறிந்து கொண்டேன். அவர் சோமதாஸ அண்ணனின் நெருங்கிய நண்பராக இருந்தவர். அண்மையில்தான் எனக்கு நண்பரானார். அதுவும் எனது பாடசாலைப் பயணம் நின்ற பிறகுதான். ஆனாலும் அப்போது எமக்கிடையில் ஆழமான நட்பு உருவாகியிருந்தது. சோமதாஸ அண்ணனுக்கு என்ன நடந்திருக்கும்? அவர் இப்போது உயிருடன் இருக்கிறாரா? இந்தத் தகவல்களை இப்போது இவரும் அறிந்திருக்கவில்லை. எமது அக்காவின் திருமணம் குறித்து அமரசேன, சோமதாஸ அண்ணனுக்கு அறியத் தந்திருக்கிறார். அதன் பிறகு அவர்களிடையேயான கடிதப் பரிமாற்றமும் கூட நின்று போனதாக அமரசேன என்னிடம் கூறினார்.

எதிர்பாராத விதத்தில்தான் அனைத்தும் நடந்து முடிந்திருந்தது. அதைக் குறித்து எனது மனதிலிருந்த பச்சாதாபமும் இப்போது நீங்கிப் போய் விட்டது. என்ற போதிலும், இப்போதும் எனது ஆழ்மனதில் படிந்திருந்து எப்போதும் என்னை வதைப்படுத்திக் கொண்டிருக்கும் இரண்டு சம்பவங்கள் இருக்கின்றன. அந்த இரண்டு சம்பவங்களும் சில

வேளைகளில் எனக்கு அக்கா மீது அனுதாபத்தையும், சில வேளைகளில் அவள் மீது கோபத்தையும், அறுவெறுப்பையும் உருவாக்கும். நான் அந்த உணர்வுகளை மிகுந்த பாடுபட்டு அடக்கிக் கொள்வேன். இப்போது அதுவும் கூட கடினமாக இருக்கிறது. எனது ஆழ்மனதைத் துளைத்துத் துளைத்து இவை எனது மனதை வருத்துகின்றன. இவற்றுள் முதலாவது சம்பவம் எனது மனதிலிருந்து மங்கிப் போயிருந்தது. அக்காவை வாழ்நாள் முழுவதும் நானே பார்த்துக் கொள்ள வேண்டும் என்ற வைராக்கியத்தை என் மனதில் ஆழமாகப் பதித்துக் கொண்டது அப்போதுதான். என்றாலும் இரண்டாவது சம்பவம் இடைக்கிடையே என்னைத் துளைத்து வலிக்கச் செய்வதைத் தாங்க முடியாதுள்ளது.

இந்த இரண்டு சம்பவங்களில் முதலாவது சம்பவம் சோமதாஸ அண்ணன் சம்பந்தப்பட்டது. எனக்கு நாள் கிழமையெல்லாம் ஞாபகமில்லை. அப்பாவும், அம்மாவும் பதுளையில் வசித்து வந்த எமது பெரியப்பாவின் சாவு வீட்டுக்குப் போயிருந்தது நினைவிருக்கிறது. கெஞ்சிக் கூத்தாடி அந்தப் பயணத்தில் இணைந்து கொள்ள என்னால் முடியுமாக இருந்த போதிலும், நான் விருப்பத்துடன்தான் அந்தப் பயணம் செல்லாதிருக்கத் தீர்மானித்திருந்தேன் என்பதும் நினைவிருக்கிறது. அதற்குக் காரணம் பெரியப்பா குறித்து எனது மனதில் தோன்றியிருந்த பேரச்சமாக இருக்கலாம். எங்கள் அப்பாவுக்கும், பெரியப்பாவுக்கும் எப்போதும் ஒத்து வராது. அவர் ஒரு பாடசாலை அதிபராக இருந்தார். அதிபர் என்றாலே, எப்போதுமே எம்மிடம் வீணாகக் குற்றம் குறை கண்டு பிடித்து குறுக்குமறுக்காக பிரம்பால் தாக்கும் எமது பாடசாலை அதிபர்தான் நினைவுக்கு வருகிறார். அவரும் கூட வெளித் தோற்றத்தில் பெரியப்பா போலவே இருப்பார். பெரியப்பா எங்கள் அப்பாவுடன் மாத்திரமல்லாது தாத்தாவுடனும் முரண்பட்டுக் கொண்டு வீட்டை

விட்டு வெளியேறி தனது விருப்பத்தில் திருமணம் செய்து கொண்டு வீட்டோடு மாப்பிள்ளையாக ஆகி விட்டிருந்தார். அவர் எந்தளவு கடுமையான நபர் என்றால் தாத்தாவின் சாவுக்குக் கூட அவர் வரவில்லை. என்றாலும் அப்பா, பெரியப்பாவின் சாவைப் பற்றிக் கேள்விப்பட்டதுமே கவலைப்பட்டு அங்கு போவதற்கு முடிவெடுத்திருந்தார்.

அப்பாவும், அம்மாவும் வீட்டில் அல்லாமல் வெளியே தங்கிய ஒரேயொரு இரவு அதுதான். அன்றைய தினம் எமது குடும்பத்தின் பொறுப்பாளராக சோமதாஸ அண்ணன் இருந்தார். நாற்புறங்களிலிருந்தும் இருள் சூழ்ந்த வேளையில் எனக்கு மிகுந்த தனிமை தோன்றியது. சாவு வீட்டில் அப்பாவுக்கு ஏதேனும் பிரச்சினைகள் வருமோ என்றும் பயந்தேன். பெரியப்பா தனது கடைசி மூச்சையும் விட்டிருந்ததால் அப்பாவுடன் சண்டை போட அங்கு வேறெவரும் இல்லை என்பது தெரியும். இருந்தும், பெரியப்பா பெட்டியிலிருந்து எழுந்து அப்பாவுடன் சண்டை பிடிக்கக் கூடும் என்ற பயம் எனது ஆழ் மனதில் அலைகளைக் கிளப்பிக் கொண்டிருந்தது. தனிமையால் வாடிப் போயிருந்த எனதுள்ளம் மிகவும் வருத்தப்பட்டுக் கொண்டிருந்தது. யாருடைய தூண்டுதலும் இல்லாமலேயே நான் படுக்கைக்குச் சென்று விட்டிருந்தேன்.

படுக்கையில் போய் விழுந்ததுதான் ஞாபகம் இருக்கிறது. உடனடியாக நான் ஆழமான நித்திரையில் ஆழ்ந்திருக்க வேண்டும். எந்த நேரத்தில் விழிப்பு வந்தது என்று எனக்குச் சொல்லத் தெரியவில்லை. என்றாலும் நள்ளிரவாகியிருக்கக் கூடும். அந்த நேரத்தில் அக்கா யாருடனோ கதைத்துக் கொண்டிருப்பது தென்பட்டது. நான் கனவில் போல விழித்துப் பார்த்தேன். சோமதாஸ அண்ணன் அக்காவின் கன்னத்தில் முத்தமிடுவதைக் கண்டேன். நான் எழுந்து கட்டிலில் அமர்ந்து கொண்டேன். சோமதாஸ அண்ணன்

அறையிலிருந்து வெளியேறினார். எழுந்து சென்று சோறு சாப்பிடுமாறு அக்கா என்னை வற்புறுத்தினாள். எனக்குள் தோன்றியது என்ன மாதிரியான உணர்வு என்று எனக்கு சொல்லத் தெரியாவிட்டாலும் கூட நான் வேண்டுமென்றே மீண்டும் படுத்துக் கொண்டேன். எவ்வளவுதான் அக்கா வற்புறுத்திய போதிலும் நான் கண்களைத் திறந்து பார்க்கக் கூட பிடிவாதமாக மறுத்து விட்டேன். நிறையத் தடவைகள் முயற்சித்துப் பார்த்த பிறகு அக்காவின் கெஞ்சும் குரல் மெதுமெதுவாக தொலைவாகிப் போனது போலிருந்தது.

இடியோசையால் வீடே அதிர்ந்து கொண்டிருந்தது. வெளியே கடுமையாக மழை பெய்து கொண்டிருப்பதை உணர்ந்தேன். கடும் குளிரையும் உணர்ந்ததால் நான் சுற்றி வரப் பார்த்தேன். அக்கா என் மீது போர்வையால் போர்த்தி விட்டிருந்த போதிலும், அது விலகிப் போயிருந்தது. எனது கட்டிலின் அருகே தரையில் யாரோ இருப்பதை விழியோரமாகக் கண்டேன். அந்த நொடியில் நான் மிகவும் பயந்து போனேன். அடுத்த மின்னல் வெளிச்சத்தில் அக்காவும், சோமதாஸ அண்ணனும் ஒருவரையொருவர் கட்டியணைத்துக் கொண்டு ஒன்றாக இருப்பதைக் கண்டேன். அந்தக் காட்சியாலும், இடியோசையாலும் நான் அதிர்ந்து போயிருந்தேன். கண்களை இறுக மூடிக் கொண்டு உறங்குவதற்கு முயற்சித்த போதிலும் அது சிரமமாக இருந்தது. கத்தி ஓலமிட்டு அம்மாவைக் கூப்பிடத் தோன்றியது. என்றாலும் அம்மா வீட்டில் இல்லை என்பதை நான் நன்கு அறிந்திருந்தேன்.

காலையில் சூரியன் உதிக்கும்போதே நான் விழித்துக் கொண்டு விட்டேன். மறுகணமே எழுந்து வெளியே ஓடிப் போனேன். சமையலறை ஊடாக பின்பக்கமாகப் போன போது சமையலறையில் அக்கா இடியப்பத்தைப் பிழிந்து கொண்டிருந்ததைக் கண்டேன். சோமதாஸ அண்ணன் அவளருகிலேயே நின்று கொண்டு அவளது தலையைத் தடவிக் கொண்டிருந்தார்.

'அடடா சாப்பிடாமலேயே தூங்கிட்டாய்தானே? இரு அம்மா வந்ததுமே மாட்டிக் கொடுக்குறேன் பிள்ளைகளோடு சேர்ந்து கூத்தாடிட்டு புழுதியோடே வந்து கட்டில்ல விழுந்தாய்னு.'

அக்கா இவ்வாறு முன்பும் பல தடவைகள் என்னை மிரட்டியிருந்த போதிலும் ஒருபோதும் அம்மாவிடம் மாட்டிக் கொடுத்ததாக எனக்கு நினைவில்லை. என்ற போதும், இந்தத் தடவை இந்தத் தகவலை அம்மாவிடம் கூறி விடுவாளோ என்ற பயம் எனக்குள் தோன்றியது. நான் வீட்டுக்குள் ஓடிப் போய் அண்ணன்மாரையும், சின்னக்காவையும் பார்த்தேன். அவர்கள், அவரவரது இடங்களில் நன்றாகப் போர்த்திக் கொண்டு தூங்கிக் கொண்டிருந்தார்கள். நான் மீண்டும் படுக்கைக்குப் போன போதிலும், சோமதாஸ அண்ணன் வந்து என்னைத் தூக்கிச் சுமந்து கொண்டு சமையலறைக்குப் போனார். எனக்கு அவரது கைகளிலிருந்து நழுவி ஓடி விடத் தோன்றியது. என்றாலும் என்னிடம் அதற்கான சக்தி இருக்கவில்லை. அவர் மீது எனது மனதில் கோபமொன்று இருந்தது போலவும் இருந்தது. என்றாலும் மதியம் வரையிலும் நாங்கள் அனைவரும் மகிழ்ச்சியாகவே காலத்தைக் கடத்தினோம்.

'சோமண்ணா, இளநீர் பறிப்போமா?' என்று பெரியண்ணன் கேட்டதுமே, சோமதாஸ அண்ணன் பெரியதொரு இளநீர்க் குலையைக் கீழே இறக்கினார். ஏனைய நாட்களில் எங்களது குறும்புத்தனங்களுக்கு கோபப்படும் அக்கா, அன்று அவற்றுக்கு இணங்கினாள். அந்தப் பகல்வேளையை மிகுந்த மகிழ்ச்சியோடு நாங்கள் கழித்தோம். எனது மனதிலிருந்த அமைதியற்ற உணர்வுகள் அனைத்தும் வழிந்தோடிப் போயிருந்தன. அன்று சோமதாஸ அண்ணனுடன் ஏனைய நாட்களை விடவும் நெருக்கமாக நடந்து கொள்ள என்னால் முடிந்தது எவ்வாறு என்பது எனக்குத் தெரியவில்லை.

அப்பாவும் அம்மாவும் வீட்டுக்கு வந்து சேர்ந்த போது நன்றாக இருள் சூழ்ந்து விட்டிருந்தது. சாவு வீட்டுத் தகவல்களை அறிந்து கொள்ள யாரும் அக்கறை காட்டவேயில்லை. அப்பா பத்திரமாக வீடு திரும்பியிருந்தமை எனது மனதுக்கு மிகுந்த ஆறுதலைத் தந்தது. என்ற போதிலும் அப்பாவின் வெளிறிப் போயிருந்த முகம் நம் அனைவரையும் அமைதியாக இருக்கச் செய்திருந்தது. அம்மா பெயார்ஸ் கனிகள் இட்ட பையொன்றை என்னிடம் தந்தாள். ஒவ்வொருவருக்கும் ஒவ்வொரு கனியாகக் கொடுத்து விட்டு எஞ்சிய கனிகள் அனைத்தையும் சொந்தமாக்கிக் கொள்ளும் ஆசையில் குதூகலித்த எனது மனதில் அதன் பிறகு வேறெந்த எண்ணங்களும் உள் நுழையவில்லை.

3.

படிப்படியாக காலம் கழிந்தது. எனது நட்பின் காரணமாக அமரசேன எமது வீட்டுக்கு வந்து போகத் தொடங்கியிருந்தார். நான் வீட்டில் இல்லாத சமயத்திலும் கூட எமது வீட்டிலிருந்த ஏனையவர்கள் அவரை வரவேற்று உபசரிக்கப் பழகியிருந்த காரணத்தால் அவரது வருகை அதிகமாகியிருந்தது.

எமது முற்றத்து மா மரத்தில் தேனீக்கள் கூடொன்றைக் கட்டியிருந்தன. அதை அகற்றி விட வேண்டும் என்ற தேவை எங்களில் யாருக்கு இருந்தது என்பது சரியாகத் தெரியவில்லை. ஒரு நாள் அமரசேன அதை அகற்றும் யோசனையை முன்வைத்தது மாத்திரமல்லாமல் அந்த வேலையைச் செய்ய ஒரு ஆளையும் கையோடு கூட்டிக் கொண்டு வந்திருந்தார். அந்த நபர் கறுஞ்சுருட்டொன்றைப் பற்ற வைத்து ஊதிய வேளையில் தேனீக்கள் கலைந்து நாற்புறமும் பறந்து கலைந்து போயின. மற்றுமோரிடத்தில் நின்று கொண்டிருந்த அமரசேன தேனீக்களைப் பிடிக்கவென வெற்றுக்குடமொன்றைக் கையில் வைத்துக் கொண்டு

துள்ளிப் பாய்ந்து கொண்டிருந்தார். பின்னர், தேனீக்கள் பறந்து போன கூட்டிலிருந்து எடுக்கப்பட்ட தேன் மெழுகை அக்காவின் கையிலிருந்த தட்டின் மீது அமரசேன ஒரே சீராக எடுத்து வைத்தார். தொடர்ந்து, அமரசேன மிகுந்த பாசத்தோடு அக்காவின் குழந்தைகள் இருவருக்கும் சிறிய தேன் மெழுகுகளை ஊட்டிக் கொண்டிருந்ததை நான் கண்டேன்.

எனது பால்ய காலம் முடிந்து போய் விட்டது. இப்போது நானும் ஒரு சில விடயங்களைப் புரிந்து கொள்ளும் நபர் என்று நான் நினைத்துக் கொண்டிருந்தேன். அண்ணன்மாரும், சின்னக்காவும் வீட்டை விட்டுத் தூரமாகி விட்டார்கள். இப்போது நான் அப்பாவின் வியாபாரத்தை தொடர்ந்து நடத்திச் செல்லும், வீட்டில் பொறுப்பு வாய்ந்த ஒரு நபர். அப்பா கூட சில சில விடயங்களில் என்னிடம்தான் கலந்தாலோசித்தார். அவ்வாறான நிலையில் இருக்கும் நான் பொறுப்போடு நடந்து கொள்ள வேண்டும். தேன் எடுக்கப்பட்ட நாளும், அமரசேனவின் சில நடவடிக்கைகளும் எனக்குப் பிடிக்கவேயில்லை. சந்திக் கடைக்குப் போய் இனிமேல் எமது வீட்டுக்கு வர வேண்டாமென்று அவரிடம் கூறி விட வேண்டும் என்று எனக்குத் தோன்றியது. எனினும், ஒரேயடியாக அவ்வாறு கூறுவது சங்கடமானது. ஆகவே, இதைக் குறித்து மிகுந்த அவதானத்துடன் இருக்க வேண்டும் என்று தீர்மானித்தேன். வேண்டுமென்றோ, இல்லாமலோ நான் அமரசேனவுடன் சகஜமாக உரையாடுவதிலிருந்தும் சற்று விலகிக் கொண்டேன். அவர் எனது வீட்டுக்கு வந்து போவதும் படிப்படியாகக் குறைந்தது. அது எனக்கு மிகுந்த ஆசுவாசத்தை அளித்தது.

ஒரு நாள் நான் சற்று தொலைவில் இருந்த தோட்டங்கள் சிலவற்றில் வாங்கியிருந்த தேங்காய்களுக்கு பணம் கொடுக்கப் போய் விட்டு இரவில் வீடு திரும்பினேன். அந்தத் தேங்காய்களை உரிக்கவும்

ஏதாவது ஏற்பாடு செய்ய வேண்டும் என்பதால் அதற்காக ஒரு கூலியாளைச் சந்தித்து விட்டு வரம்பு நெடுக நடந்து வந்து வேலியோர இடைவெளி வழியே எமது தோட்டத்தில் புகுந்தேன். இருள் நாலாபக்கமும் பரவியிருந்தது. என்றாலும், பழகிய இடம் என்பதால் என்னால் வீட்டை நெருங்க முடியும் என்று தோன்றியிருந்தது. ஆழமான அமைதியும், காரிருளும், இடைக்கிடையே ஆகாயத்தில் கேட்கும் ஆக்காட்டிப் பறவையின் ஓசையும் எனது காலடிகளை விரைவுபடுத்தியது. வீட்டின் கொல்லைப்புறத்தில் வைக்கோல் போரைக் கடந்த போது அதனுள்ளிருந்து எழுந்த ஓசையால் அதிர்ந்த நான் அந்த இடத்திலேயே நின்று கொண்டு சுற்றி வரப் பார்த்தேன். அவ்வேளையில் வைக்கோல் போருக்குள் இருந்த இருவரையும் அடையாளம் கண்டுகொள்வது எனக்கு சிரமமாக இருக்கவில்லை. அது அக்காவும், அமரசேனவும் என்பதில் சந்தேகமில்லை. அப்போது எனக்குள் எழுந்த கோபம் அளவற்றது என்ற போதிலும், எதையும் செய்வதறியாமல் ஒரு கணம் நின்றிருந்தேன். பிறகு இயன்றளவு வேகமாக விறாந்தைத் திண்ணையை நோக்கி நடந்தேன்.

சற்று நேரத்தில் வேலியோரமாக யாரோ நடந்து போவதை நான் கண்டேன். உடனே டோர்ச்சை எடுத்து அவர் மீது ஒளியைப் பாய்ச்சினேன். அமரசேன தலையைக் குனிந்து கொண்டு வேகமாகப் போய்க் கொண்டிருப்பது தெளிவாகத் தென்பட்டது. டோர்ச்சை மேசை மீது வைத்து விட்டு நான் சமையலறையை நோக்கி நடந்தேன். சமையலறையில் அக்கா, குட்டை வாங்கில் தனது இரு குழந்தைகளையும் அமர வைத்து அவர்களுக்கு சோறூட்டிக் கொண்டிருப்பதைக் கண்டேன். அக்கா மீது, எனது வாழ்க்கையில் முன்னெப்போதும் தோன்றியிருக்காத அனுதாபமொன்று என்னுள்ளே உண்டானது. நான் அவளை பாசத்தோடு நெருங்கினேன். அக்கா எனது முகத்தை ஏறிட்டுப் பார்த்த போது அவளது அந்த நிர்க்கதி நிலைமைத் தோற்றம் எனதுள்ளத்தைத் துளைக்கும் அளவுக்கு இருந்தது.

விதி

அன்பின் விமலுக்கு,

நான் எழுதும் இந்தக் கடிதத்தை நீ ஒருபோதும் எதிர்பார்த்திருந்திருக்க மாட்டாய். பல நாட்களாக யோசித்துப் பார்த்த பிறகுதான் நான் இதை எழுதத் தொடங்குகிறேன். எதற்காக உனக்கு ஒரு கடிதத்தை எழுத வேண்டும் என்பது எனக்கே விடை தெரியாத கேள்வியாக இருக்கிறது. நெடுங்காலமாக நான் துயரங்களை அனுபவித்தவாறு காலம் கடத்திக் கொண்டிருக்கிறேன். அந்தத் துயரங்களைத் தாங்கிக் கொள்ள முடியாமல் போன ஒவ்வொரு கணத்திலும் எனது சுய வெளிப்பாடுகளை மிகவும் விரிவாக உன்னிடம் எடுத்துரைக்கும் உத்தேசத்தில் நான் எழுதி வந்தேன். என்றாலும் அவற்றை எழுதித் தீர்க்க என்னால் ஒருபோதும் முடியவேயில்லை. எனது ஒப்பாரிகளையெல்லாம் உன்னிடம் ஏன் சொல்ல வேண்டும் என்ற கேள்வி எனக்குள் எழுந்ததன் காரணத்தால் நான் எழுதிய காகிதங்களையெல்லாம் தீயில் எறிந்து விட்டேன்.

இதை நான் உனக்கு எழுதுவது உன்னிடமிருந்து எவ்விதமான உதவி உபகாரத்தையும் எதிர்பார்த்தல்ல. எந்த ஆணிடமிருந்தும் எப்போதும் உதவியோ, உபகாரமோ பெற்றுக் கொள்ளக் கூடாதென்ற தீர்மானத்துக்கு இப்போது நான் வந்து விட்டேன். உயிர் வாழ்வதற்குத்தான் உதவியோ உபகாரமோ தேவையாக இருக்கும். உயிர் வாழும் ஆசை என்னிடமிருந்து விலகிப் போய் நீண்ட காலம் ஆகிறது. அன்பு இருந்தால் மாத்திரமே ஒரு பெண் உயிர் வாழ்வாள். அன்பு தொலைவானால் அவள் இறந்து போய் விடுவாள் என்பது உண்மைதான் என்று இப்போது எனக்குத் தோன்றுகிறது. ஒரு பூ,

காம்பில் நிலைத்திருப்பது போல ஒரு பெண்ணின் வாழ்வு நிலைத்திருப்பது அன்பினால்தான் என்று நாங்கள் பல்கலைக்கழகத்தில் கற்றது நினைவிருக்கிறதா? அது மிகவும் முட்டாள்தனமான கூற்று என்று கருதி நாங்கள் சிரித்த விதம் நினைவிருக்கிறதா? அந்தக் காலத்தில் அந்தக் கூற்றையும், அவ்வாறான பண்பாட்டுக் கவிஞர்களையும் கேலியாகக் கருதி சிரித்ததை எண்ணி இப்போது நான் வருந்துகிறேன்.

நான் இந்தக் கடிதத்தை மிகவும் சுருக்கமாக எழுதத்தான் தீர்மானித்திருந்தேன். ஆனால் இப்போதே நான் நினைத்திருந்ததை விடவும் அதிகமாக பல வாக்கியங்களை எழுதி விட்டேன். இந்த அனைத்து வாக்கியங்களும் உனக்கு தொந்தரவாகவோ, சங்கடமூட்டுவதாகவோ இருக்கக் கூடும். அதற்காக என்னை மன்னித்து விடு. நான் உன்னிடம் கூற முற்படும் விடயத்தை இன்னும் என்னால் எழுத முடியவில்லை. உண்மையில் உன்னிடம் நான் என்ன கூற முற்பட்டேன் என்பதே எனதும் கேள்வியாக இருக்கிறது.

நான் விக்ரமைக் காதலித்ததற்குக் காரணம் நீதான் என்பதை உனக்கு நினைவுபடுத்த வேண்டிய அவசியம் இருக்காது என்று நினைக்கிறேன். விக்ரம் என்னைக் கைவிட்டுச் சென்றதற்குக் காரணம் நீயல்ல என்றாலும் உனது அறிதலோடுதான் என்பது எனது மனதை எப்போதும் உறுத்திக் கொண்டிருக்கும் ஒரு உணர்வாகும். இருந்தாலும் இவை எவற்றுக்குமே நீ குற்றவாளியல்ல. நிஜமாகவே எனக்கு விக்ரமின் மீது காதல் தோன்றியதால்தான் நான் விக்ரமைக் காதலித்தேன். எனது மனதில் காதல் தோன்றியிருந்திருக்கா விட்டால் உன்னைப் போன்ற பலர் எடுத்துச் சொல்லியிருந்தாலும் எமக்கிடையே காதல் என்ற ஒன்று உருவாகியிருக்காது.

விக்ரமுக்கு என்னைக் கை விடத் தேவையாக இருந்திருக்கும். என்னைக் கை விட வேண்டாம் என்று உன்னைப் போன்ற பலர்

தலையிட்டு எடுத்துச் சொல்லியிருந்தாலும் கூட அவன் தனது தீர்மானத்தை மாற்றியிருக்க மாட்டான் என்பது நிச்சயம். இப்போது நான் காதலனை இழந்த காதலியொருத்தி மாத்திரமல்ல. வாழ்க்கையையும் தொலைத்துக் கொண்ட 'கெட்டுப் போன' பெண்ணொருத்தி. அதை உனக்கு நினைவுபடுத்த வேண்டிய அவசியம் இல்லை யே? நான் இந்த நிலைமைக்கு ஆளானது என்னுடைய தவறினால்தான். ஆகவேதான் என்னைக் கைவிட்டுப் போகாதே என்று விக்ரமிடம் மண்டியிட்டுக் கெஞ்சினேன். அன்று அவன் எனக்கு ஆறுதல் கூறினான். என்றாலும், இப்போது என்னைக் கை விட்டுச் சென்று விட்டான். இந்தக் கணம் வரைக்கும் நான் விக்ரமைத் திருமணம் முடிக்கத் தேவையான அனைத்து முயற்சிகளையும் மேற்கொண்டு மிகவும் களைத்துப் போயிருக்கிறேன். இனி நான் செய்ய வேண்டிய எதுவுமில்லை. எனது வாழ்க்கையை சீரழித்தவன் விக்ரம்தான் என்று நான் கூற மாட்டேன். அதில் நீயும் சம்பந்தப்பட்டிருக்கிறாய் என்றும் நான் கூற மாட்டேன். நானே எனது வாழ்க்கையை சீரழித்துக் கொண்டேன் என்பதை நான் நேர்மையாக ஏற்றுக் கொள்கிறேன். என்றாலும், நான் இனியும் உயிர் வாழ வேண்டுமென்றால் அதற்கு விக்ரமின் தயவு அவசியம்.

அவனது தயவு இனிமேல் எனக்குக் கிடைக்காது என்பது எனக்கு சில தினங்களுக்கு முன்னர்தான் நிரூபணமானது. விக்ரமின் திருமண வைபவத்தில் நீயும் கலந்து கொள்ளவில்லை என்பதை அறிந்து கொள்ளக் கிடைத்தது. உனக்கு இந்தக் கடிதத்தை எழுத வேண்டும் என்று தோன்றியது அதனாலாகவும் இருக்கலாம். விக்ரமைப் பழிவாங்குவதற்காக இதை எழுதுவதாக நினைக்க வேண்டாம். அவனைப் பழிவாங்குவதாக இருந்தால் அதற்குரிய சந்தர்ப்பம் கடந்து போய் விட்டது. இப்போது நான் என்னைத்தான் பழி வாங்க வேண்டும். நான் பிக்குணியாக வேண்டும் என்று நினைத்த சந்தர்ப்பங்களும்

அநேகம். என்றாலும் என்னால் அதைச் செய்ய முடியாது. நான் மனதால் மரணித்துப் போய் வெகுகாலம் என்பதனால்தான் தற்கொலை செய்து கொள்ளத் தீர்மானித்திருக்கிறேன். காம்பே ஒடிந்து போனால் பூ எப்படி நிலைத்திருக்கும்? விக்ரமின் நேசம் என்னை விட்டும் தொலைவானதிலிருந்தே எனது வாழ்க்கை அழிந்து போகத் தொடங்கியாயிற்று. ஆகவே, நான் ஏற்கெனவே செத்துப் போய் விட்டேன் என்றுதான் கூற வேண்டும். இந்த உலக வாழ்வை முடித்துக் கொள்ள வேண்டித்தான் தற்கொலை செய்து கொள்கிறேன். இதை வாசித்து விட்டு நீ என்னைத் தேடி வர வேண்டியதில்லை. வந்தாலும், உனக்கு என்னை உயிருடன் காணக் கிடைக்காது. உண்மையிலேயே நான் இதை எழுதுவது உன்னிடமிருந்து எந்த விதமான உதவியையும் எதிர்பார்த்தல்ல என்பதை மீண்டும் கூறுகிறேன். உன்னிடம் ஒரு முக்கியமான விடயத்தைக் கூற வேண்டியிருக்கிறது. அதை எவரிடமும் கூறாமலேயே எனது பயணத்தைத் தொடர முடியும்தான். இருந்தாலும், அந்த விடயத்தை இனியும் பாதுகாத்து வைப்பதில் ஒரு அர்த்தமுமில்லை.

நான் பெண்ணாக ஆனது விக்ரமால்தானா என்று நீ என்னிடம் பல தடவைகள் கேட்டிருக்கிறாய். விக்ரமின் வேண்டுகோளின் பிரகாரம்தான் நீ அவ்வாறானதொரு கேள்வியை என்னிடம் கேட்டுக் கொண்டிருந்தாய் என்பதை நான் நன்றாக அறிவேன். விக்ரம் அதை என்னிடம் நேரடியாகக் கேட்ட ஒவ்வொரு தடவையும் எனது அழுகையின் காரணமாக அவன் மௌனித்தான்.ஆனால்,அவன் உண்மையில் மௌனித்திருந்திருக்கவில்லை என்பதை என்னிடம் அதே கேள்வியை நீ கேட்கத் தொடங்கியதிலிருந்து நான் உணர்ந்து கொண்டேன். நீ அதை முதன்முதலாகக் கேட்ட நாள் உனக்கு நினைவிருக்கும். உண்மையில், நான் செத்துப் போனது அன்றுதான். விக்ரம் என்னைக் கொன்றது அன்றுதான்.

அன்று நீ அந்தக் கேள்வியைச் சுமந்து கொண்டு என்னிடம் வந்தது ஒட்டுமொத்த ஆண் வர்க்கத்தினதும் எண்ணங்கள், எதிர்பார்ப்புகள் எல்லாம் ஒன்றுதான் என்பதை உறுதிப்படுத்தும் விதமாகத்தான் என்று எனக்குத் தோன்றுகிறது. நீ எனது மனதை வதைக்கும் விதத்தில் அந்தக் கேள்வியைக் கேட்ட ஒவ்வொரு தடவையும் நான் கூறிய பதில்கள் எவையும் உண்மையல்ல. அந்த உண்மையை உன்னிடம் வெளிப்படுத்தி விட்டு நான் போக வேண்டிய பயணத்தை நிம்மதியாகப் போக வேண்டும். இதை விக்ரமிடம் கூற வேண்டும் என்றால் நீ கூறலாம். அதற்கு உனக்கு பூரண சுதந்திரம் உண்டு.

நான் பாடசாலையில் உயர்தரப் பரீட்சையை எழுதி விட்டு உடல் ரீதியாகவும், உளரீதியாகவும் சோர்வடைந்திருந்த காரணத்தால் நன்றாக ஓய்வெடுக்க வேண்டும் என்ற நோக்கத்தில்தான் பல நூறு கிலோமீற்றர்கள் தொலைவில் பண்டாரவளையில் இருந்த சித்தப்பாவின் வீட்டுக்குப் போனேன். அன்றைய தினம் எனது அம்மாவின் பலத்த எதிர்ப்புக்கு மத்தியில்தான் அப்பா என்னை அங்கே கூட்டிக் கொண்டு போனார். அப்பா எதையும் நினைத்தால் செய்து முடிப்பவர். எவர் பேச்சையும் கேட்க மாட்டார். அந்தப் பயணத்தைப் போகாமலிருக்கும் சந்தர்ப்பத்தை என்னால் உருவாக்கிக் கொள்ள முடியுமாக இருந்த போதிலும், எவ்வாறோ அன்று அந்தப் பயணம் நிகழ்ந்தது. அது, எனது விதி என்னைக் கூட்டிச் சென்ற பயணமாகும். அப்பாவும், நானும் வேயங்கோடை புகையிரத நிலையத்தில் வைத்து ரயிலேற முற்பட்ட வேளையில் கால் இடறி நான் விழுந்து விட்டேன். எனது முழங்கால் காயமானது. அப்பா என்னைத் திட்டினார். மிகுந்த இயலாமையோடுதான் நான் ரயிலில் ஏறினேன். அம்மாவின் துணையின்றி இப்படியொரு பயணம் போவது நல்லதல்ல என்று எனக்குத் தோன்றியது. இருந்தாலும், நான் அப்பாவின் பேச்சைக் கேட்டு நடந்தேன். எனது அப்பாவும், அம்மாவும் சந்தோஷமாக,

ஒற்றுமையாக வாழ்ந்ததேயில்லை. அது உனக்குத் தெரிந்திருக்கக் கூடும். அவர்களிடமிருந்து விலகியிருப்பதே ஒரு பாக்கியமென நான் கருதினேன். உண்மையில் நான் அன்று பண்டாரவளைக்குப் போனதும் மனதின் அடி ஆழத்திலிருந்த அந்த ஆசையினாலாக இருக்கக் கூடும். அந்த ரயிலின் ஓசை எனது காதுகளில் இப்போதும் எதிரொலிக்கிறது. எனது நெஞ்சை அந்த ஓசை வலிக்கச் செய்கிறது. எனது மரணத்தை விரைவுபடுத்தியது அந்தப் பயணம்தான்.

பண்டாரவளையில் வசித்து வந்த சித்தப்பா (அப்பாவின் தம்பி) மூன்று பிள்ளைகளின் தந்தை. அவரது மூத்த மகள் என்னை விடவும் மூன்று வருடங்கள் மூத்தவள். ஏனைய இருவரும் என்னை விடவும் இளையவர்கள். சித்தப்பா ஒரு தேயிலைத் தோட்டத்தில் பணி புரிந்து வந்தார். சித்தி அருகிலிருந்த பாடசாலையொன்றில் ஆசிரியையாகக் கடமையாற்றினார். நான் அங்கிருந்த காலப் பகுதியில் சித்திக்கு பெரிய சத்திரசிகிச்சையொன்று மேற்கொள்ளப்பட்டது. மருத்துவமனையில் சித்தியின் அருகில் அவரது மகள்மார் இருவரும், நானும் மாறி மாறி இருந்து வந்தோம். சித்தியின் இளைய மகன் அதாவது எனது தம்பி பதுளையில் ஒரு பாடசாலையில் தங்கிப் படித்து வந்தான். அவன் அங்கிருந்துதான் சித்தியைப் பார்க்க வந்து போனான்.

சித்தப்பாவினால்தான் எனது வாழ்க்கை சீரழிந்து போனது. அக்காவும், தங்கையும் சித்தியின் அருகில் தங்கியிருந்த தினம் அது. வீட்டில் நானும், சித்தப்பாவும் மாத்திரமே இருந்தோம். இரவு பத்து மணியளவில் பேரோசையோடு இடி இடிக்கத் தொடங்கியது. உடனே பலத்த மழையொன்றும் பெய்ய ஆரம்பித்தது. சித்தப்பாவின் ஆக்கிரமிப்பிலிருந்து விடுபட நான் அன்று படாத பாடில்லை. என்னைக் காப்பாற்றுமாறு கடவுள்களையும், புத்தரையும் மனதில் கொண்டு அலறியதெல்லாம் இப்போதும் நினைவிருக்கிறது. என்றாலும்,

எனது ஓலத்துக்கு செவிசாய்க்க கடவுள்களை விட்டு ஒரு மனிதன் கூட அருகிலிருக்கவில்லை. நான் சித்தப்பாவின் கால்களைப் பிடித்து மண்டியிட்டு அழுதேன். அவர் வெறியோடு என்னைத் தூக்கி கட்டிலில் போட்டார்.

சித்திக்கும், அவளது பிள்ளைகளுக்கும் முகம் கொடுக்கத் தயக்கமாக இருந்த காரணத்தால்தான் நான் மறுதினமே பண்டாரவளையிலிருந்து புறப்பட்டு தனியாக வீட்டுக்கு வந்து விட்டேன் என்று தோன்றுகிறது. நான் திடீரென தனியாகப் புறப்பட்டு வந்தது ஏனென்பது அப்பாவுக்கும், அம்மாவுக்கும் மிகப் பெரும் கேள்வியாக இருந்தது. காரணத்தை அறிந்து கொள்ள பண்டாரவளைக்குப் போய் வந்த அப்பா என்னைத் திட்டித் தீர்த்தார். சித்தி மருத்துவமனையில் அனுமதிக்கப்பட்டிருக்கும் சந்தர்ப்பத்தில் நான் அங்கிருந்து ஓடி வந்தது உறவுகளை முறிக்கவும் காரணமாகலாம் என்பது அப்பாவின் குற்றச்சாட்டாக இருந்தது. அதற்குப் பிறகு நடந்ததெல்லாம் உனக்குத் தேவையானவையல்ல. உங்களை ஏமாற்றும் நோக்கத்தில் அல்லாது உயிர் வாழும் ஆசையில் மாத்திரம்தான் நான் உன்னிடமும், விக்ரமிடமும் பொய் சொன்னேன்.

உனக்கு முக்கடவுள்களின் ஆசி கிட்டட்டும்.

இப்படிக்கு,

அன்பிற்குரிய,

நில்மினி.

நில்மினியின் கடிதத்துக்கு உடனடியாக செயலாற்ற வேண்டும் என்று நான் தீர்மானித்தேன். அவளை நான் திருமணம் செய்து கொள்ள வேண்டும் என்று எனக்குத் தோன்றியது. அவள் ஆணொருவனால் கெட்டுப் போனவள். ஆணொருவனாலேயே

அவமானப்படுத்தப்பட்டாள். ஒரு ஆணாக என்னால் அவளுக்கு அடைக்கலம் கொடுக்க முடியாதா? என்னால் அது முடியாமல் இல்லை. என்றாலும், எனக்கு இந்த சமூகம் அதற்கு இடம் தருமா? வீட்டார், உறவினர்கள், நண்பர்கள் இவர்களால் பிரச்சினைகள் வருவது எப்படிப் போனாலும் இப்போது அவள் உயிரோடு இருக்கிறாளா என்பது கூட கேள்வியாகவே இருக்கிறது. திருமணம் முடிப்பதுவும், இல்லாததுவும் இரண்டாவதாக எடுக்கப்பட வேண்டிய தீர்மானம் என்பதால்தான் முதலில் அவளைத் தேடிப் போக வேண்டும் என்று நான் தீர்மானித்தேன்.

இரவு 9.30 மணிக்கு கொழும்பிலிருந்து காலி நோக்கிச் செல்லும் பேரூந்தில் நான் ஏறிக் கொண்டேன். இதற்கு முன்பும் நான் நில்மினியின் வீட்டுக்கு பல தடவைகள் போயிருக்கிறேன். இந்தத் தடவை நான் போகும் பயணம், முந்தைய அனைத்துப் பயணங்களை விடவும் வேறுபட்டது. நில்மினியின் உயிரைக் காப்பாற்ற நான் இப்போது போய்க் கொண்டிருக்கிறேன். அதை என்னால் செய்ய முடிந்தால் எவ்வளவு நன்றாக இருக்கும்? விக்ரம் நில்மினியைக் கைவிட்டதுவும், நான் விக்ரமின் திருமண வைபவத்தில் கலந்து கொள்ளாமல் இருந்ததுவும், நில்மினியின் கடிதமும் எனது மனதைத் துன்புறுத்திக் கொண்டிருந்ததால் நெஞ்சம் படபடக்கத் தொடங்கியிருந்தது. பேரூந்து காலிமுகத்திடல் கடற்கரையோரமாகப் பயணிக்கத் தொடங்கியதில் எனக்கு கடந்த காலங்கள் நினைவுக்கு வரத் தொடங்கின.

காலிமுகத்திடல் கடற்கரையில்தான் நானும், விக்ரமும், நில்மினியும் எவ்வளவெல்லாம் நடந்திருப்போம்? அலையடித்தவாறு நிலம் நோக்கி வரும் பிரமாண்டமான நீரலைகள் கரையில் மோதி பரந்து செல்லும் விதம் நான் சிறு வயதிலிருந்தே பார்த்து ரசிக்க விரும்பிய ஒன்று. இந்த இரவு வேளையிலும் கூட என்னால் அந்த மனம் கவரும் காட்சியை நினைவுபடுத்திப் பார்க்க முடியும். இக்காரிருளில்

அலைகளை மிதிக்க எனது மனதில் ஆசை உதித்தது. நில்மினியைத் திருமணம் முடித்த பிறகு ஒரு நாள் இதே கடற்கரைக்கு வரவேண்டும். அவளுடன் காரிருளில் அலைகளை மிதித்து மணலில் காலடிச்சுவடுகளைப் பதிக்கும் ஆசை எனக்குள் தோன்றியது. அவள் இப்போது அபலைப் பெண்ணொருத்தி. ஒரு தடவையல்ல, இரண்டு தடவைகள் அவள் கைவிடப்பட்டிருக்கிறாள். அந்த விடயங்கள் எல்லாம் நினைவுக்கு வராமலே இருந்தால் எவ்வளவு நன்றாக இருக்கும்? இருந்த போதிலும், அந்தக் கடந்த காலங்கள் எனது நரம்புகளுள் சிறைப்பட்டிருந்து வெளியே வரத் துடித்துக் கொண்டேயிருந்தன. எனது எலும்புகளையெல்லாம் மிதித்துக் கொண்டு அந்தக் கடந்த காலங்கள் தலைதூக்க முற்படுவது நானும் இதில் பங்குதாரன் என்பதனாலா?

பேருந்துக்குள் ஆட்கள் அதிகமாக இல்லை என்பதனாலோ என்னவோ சாரதி வேகமாக பேரூந்தைச் செலுத்திக் கொண்டிருந்தார். தெருவிலும் எவ்விதத் தடங்கல்களும் இல்லாமலிருந்தது. கடலின் பேரிரைச்சல் எனது மனதில் ஏதோ இனம்புரியாத அச்சத்தைத் தோற்றுவித்துக் கொண்டேயிருந்தது. அந்த இரைச்சலை மனதுக்கு நெருக்கமாக்கிக் கொண்டு, கடந்த கால நினைவுகளைத் தூரமாக்க நினைத்த போதிலும் எனதுள்ளம் பிசாசுகள் ஒன்று கூடி பேயாட்டம் ஆடிய களத்தைப் போல குழம்பிப் போயிருந்தது. சுயநினைவோடு என்னால் காலிக்குப் போய்ச் சேர முடியுமா என்று யோசித்துப் பார்ப்பது கூட எனக்குக் கடினமாக இருந்தது.

நான் பல்கலைக்கழகத்தில் நுழைந்த வருடத்தில் விக்ரம் இறுதி வருட மாணவனாக இருந்தான். நில்மினியும், நானும் ஒரே ஆண்டில் பல்கலைக்கழகத்தில் பிரவேசித்திருந்தோம். இருவருமே கலைப்பிரிவில் சேர்ந்திருந்தோம். விக்ரம் உயிரியல் பிரிவில் கல்வி கற்றுக் கொண்டிருந்தான். பகிடிவதை நாளொன்றில்தான் எனக்கு

விக்ரமின் அறிமுகம் கிடைத்தது. நாங்கள் பல்கலைக் கழகத்துக்குப் புதியவர்களாக நிறையத் துன்புறுத்தல்களுக்கு ஆளாகியவாறு காலம் கடத்திக் கொண்டிருந்த அந்தச் சமயத்தில், அந்த நாள் பகிடிவதைகளுக்கான இறுதித் தினமாக இருந்தது. அன்றுதான் எமது உள்ளங்கள் ஏதோ ஒரு உவகையில் உற்சாகமாக இருந்தன. அன்று, புதியதொரு மாணவியாக மேடையேறிய நில்மினி பாடிய பாடல் எனது மனதை பெரிதும் கவர்ந்தது. ஒரு சிறு இடைவெளி கூட இல்லாமல் மாணவர்கள் நிறைந்திருந்த அந்த மண்டபத்தில் அவளது குரல் அனைவரையும் ஈர்த்திருக்கும் என்றே தோன்றுகிறது. அவளது குரல் அந்தளவுக்கு இனிமையானது. அவள் பாடுவதில் திறமை வாய்ந்தவளாக இருந்தாள். அவளது பாடல் பாடும் திறமை என்னை ஆட்கொண்டது என்றே நினைக்கிறேன்.

'விமல், ஃபிரஷர்ஸ் நைட்டுக்கு பாட்டொண்ணு பாடச் சொல்லி வற்புறுத்துறாங்க.'

'பாடேன். ராகிங் நடக்குறப்ப பாடிக் காட்டியதுக்குப் பலன்தான் இது.'

'எனக்கு பிடிக்கல. எவ்வளவு நல்லாப் பாடினாலும் அவங்க கூச்சல் போடுறதையும் எதிர்பார்க்கத்தானே வேணும்.'

'என்ன பாடப் போறாய்?'

'புதிய பாட்டு ஏதாவது இருந்தா நல்லாருக்கும்னு தோணுது.'

'நான் எழுதிய பாட்டுகள் கொஞ்சம் இருக்கு. உனக்கு வேணும்னா அதுல ஒண்ண எடுத்துக்கோ நில்மினி.'

நில்மினி தேர்ந்தெடுத்த எனது பாடல் எனக்கு அவ்வளவாகப் பிடித்த ஒன்றாக இருக்கவில்லை. இருந்தாலும், அவள் அதனை வெகுவாகப் பாராட்டினாள். அவள் அதைப் பாடிக் காட்டிய

வேளையில், எனது வரிகளில் இல்லாத அழகொன்றை நான் அதில் கண்டேன். அன்று அவள் அந்தப் பாடலை ஏன் தேர்ந்தெடுத்தாள் என்பது இப்போதுதான் எனக்குப் புரிகிறது.

அன்பை யாசித்து
அலைந்ததில்லை
ஒரு கணமேனும் நான்
கனாச்சுவரின் நடுவே
தனித்திருந்ததில்லை

ஒரு பொழுதேனும் நான்
மகரந்தங்களை உசுப்பும்
வண்டின் உணர்கொம்புகளின் இதத்தில்
விழித்துக் கொண்டதேயில்லை மனம்

இத் தீர்த்த யாத்திரையில்
கற்சிலைகளும் விம்மும்
இக் கனத்த ராத்திரியில்
எனது ஆன்மாவைக் குணமாக்க
அன்பை யாசிக்கிறேன் இப்போது

எவரானாலும் பரவாயில்லை
என்னிடம் வாருங்கள்

தமிழில் - எம். ரிஷான் ஷெரீப்

எரியும் ஆன்மாவைக் குணப்படுத்துங்கள்

வாழ்நாள் முழுதும் உங்கள் காலடியில்

எனதன்பைக் காணிக்கையாக்குவேன் ஒரு பூப்போல

நில்மினி ஏன் இந்தப் பாடலைத் தேர்ந்தெடுத்தாள்? இந்தப் பாடல் எதனால் என்னால் எழுதப்பட்டது? இந்த இரண்டு கேள்விகளுமே பதிலற்ற கேள்விகள்.

'அந்தப் பொண்ணு உன்னோட பேட்ச் தானே?'

'ஆமா!'

'நல்லாப் பாடுறாள்ல?'

'நெஜமா நல்லாப் பாடக் கூடியவள்தான். நல்ல பாட்டொண்ணு கிடைச்சா இன்னும் நல்லாப் பாடுவா.'

'ஏன் இந்தப் பாட்டும் நல்லாத்தானே இருக்கு? நீதானே எழுதினாய்?'

'ஆமா... ஆனா இதுல ஒரு அர்த்தமும் இல்ல.'

'இல்ல... எனக்குப் பிடிச்சிருக்கு. தன்னோட படைப்புகளோட அருமை தனக்குத் தெரியாதுன்னு சொல்லுவாங்க, இல்லையா?'

'அது பொய். ஒவ்வொரு படைப்பாளிக்கும் முதல்ல தன்னோட படைப்பை மதிக்கத் தெரியணும்.'

'என்னமோ... எனக்குத் தெரியல. எனக்கு ஆர்ட் தெரியாதுதானே.''

'அது வேற விஷயம்.'

விக்ரம் என்னுடன் மிகவும் விரைவாகவே நெருக்கமாகி விட்டிருந்தான். அதை மேலும் வளர்த்து விட்டவள் நில்மினி என்பதையும் குறிப்பிட்டே ஆக வேண்டும்.

‘நில்மினி, விக்ரம் உன்னைப் பற்றி விசாரித்தான்.‘

‘யாரது?‘

‘சயன்ஸ் ஃபேகல்ட்டில படிக்குற விக்ரம். அன்னிக்கு உன்னோட பாட்டு பிடிச்சிருக்கு போல.‘

‘பாட்டு பிடிச்சிருந்துச்சுன்னா அது உன்னோடதுதானே...‘

‘இல்ல... நீ பாடியதைக் கேட்டதால... உன்னோட பதிலென்ன?‘

‘எதுக்கு?‘

‘விக்ரம் உன்னைப் பற்றி விசாரிக்கிறான். குழந்தையா நீ? புரியலையா உனக்கு?‘

‘எனக்கு எப்பவோ புரிஞ்சிடுச்சு... அவனுக்கு வேற யாரோட பின்னாலாவது போகச் சொல்லு.‘

‘என்னாச்சு உனக்கு?‘

‘ஒண்ணும் ஆகல. நான் ஒருபோதும் யாரையும் கல்யாணம் கட்டப் போறதில்லன்னு முடிவெடுத்திருக்கேன்னு அவன்கிட்ட சொல்லு.‘

‘அப்புறம் எதுக்காக இங்க வந்தாய்? துறவறம் போயிருக்கலாம்ல?‘

‘அதை விடு. எனக்கு இந்த ஆம்பிளைகளையே பிடிக்கல.‘

‘அப்படீன்னா எதுக்காக என்கிட்ட பேசிட்டிருக்காய்?‘

‘இல்ல... நான் சொன்னது வேற அர்த்தத்துல. தப்பாப் புரிஞ்சுக்காதே. நான் யாரையும் காதலிக்க விரும்பல.‘

‘ஏன் யாரையாவது...?‘

‘இல்ல... அதுக்கு முன்னாடியே இதெல்லாம் அபத்தம்னு புரிஞ்சுடுச்சு.‘

'இது நல்லாருக்கே... ஏதோ ஞானம் கிடைச்சிருக்கு போல...'

'வேறெதையாவது பத்திப் பேசுவோம்.'

நில்மினி என்னதான் சொன்னாலும், நான் அவளிடம் அந்தக் காதல் விடயத்தைச் சொன்ன கணத்திலிருந்து அவளது முகத்தில் காணப்பட்ட உணர்வுகள் படிப்படியாக மாற்றமடைந்தன, இல்லையா? வாழ்நாளில் திருமணமே முடிக்காதிருக்க அவள் தீர்மானித்தது ஏன்? இருந்த போதிலும், அவள் பிறகு விக்ரமுடன் நெருக்கமானது எவ்வாறு? இவற்றின் காரண காரியங்களை ஆராய முயற்சிப்பதே எனது மனதை மிகவும் வருத்துவதாக இருக்கிறது.

விக்ரமும், நில்மினியும் மிகவும் மகிழ்ச்சியாகத்தான் காலம் கடத்தினார்கள். விக்ரம் எனது உற்ற தோழன் ஆகி விட்டிருந்தான். எம்மிடையே எவ்வித இரகசியங்களும் இருக்கவில்லை என்று கூறுமளவிற்கு அது இருந்தது. அவர்கள் போகும் அநேகமான பயணங்களில் என்னையும் இணைத்துக் கொள்ள அவர்கள் பழகியிருந்தார்கள். என்றாலும், அவ்வாறு போவது அவர்கள் இருவருக்கும் இடைஞ்சலாக இருக்கும் என்ற எண்ணத்தில் அந்தப் பயணங்களில் கலந்து கொள்ளாதிருக்க முயற்சிப்பேன். ஆனால் நான் எவ்வளவுதான் முயற்சித்தாலும் அவர்களிடமிருந்து தப்பித்துக் கொள்வது கடினமாகவே இருந்தது. அவ்வாறான அநேகமான சந்தர்ப்பங்களில் எவரையாவது காதலிக்கும் ஆசை எனக்குள்ளும் தோன்றியதுதான். இருந்த போதிலும், அந்த ஆசையை ஒருபோதும் நான் வெளிப்படுத்தியதேயில்லை. நான் அழகிய தோற்றமோ, உடலமைப்போ கொண்டவனில்லை என்பதை நான் அறிவேன். என்னால் ஒரு இளம்பெண்ணை ஈர்க்கவோ, அவளது காதலை வென்றெடுக்கவோ முடியும் என்று எனக்குத் தோன்றியதேயில்லை. அதனால் நான் வருத்தப்பட்டிருக்கிறேன் என்றாலும் அந்த வருத்தம்

எனக்குள்ளேதான் இருந்தது. என்னையும் எவரேனும் காதலிப்பார்கள் என்று எனக்கு பல தடவைகள் தோன்றியிருக்கிறது. ஆனால், அவ்வாறு எதுவும் நடைபெறவேயில்லை. காலத்துக்குக் காலம் என் மனதை ஈர்த்த பல பெண்கள் இருந்தார்கள். மல்லிகா, சுஜீவா, காந்தி, ரம்யா எனப் பலர் என்னால் இப்போது நினைவுபடுத்திப் பார்க்க முடியாத அளவுக்கு நிறைந்திருந்தார்கள். ஒரு காலத்தில் நான் அவர்களையே நினைத்துக் கொண்டிருந்திருக்கிறேன். அவர்கள் தமது காதலர்களுடன் என்னைக் கடந்து போவதை மிகவும் வேதனையோடு பார்த்துக் கொண்டிருந்திருக்கிறேன். அக் காலத்தில் எனது மனதைக் கவர்ந்த இளம்பெண்ணொருத்தி அவளது காதலனோடு நடந்து போவதைக் கண்டதுமே மனமுடைந்து போய் விடுவேன். பெருமூச்சு விடுவேன். பல நாட்கள் கழியும் வரைக்கும் உணவையும் வெறுத்திருப்பேன்.

'விமல், வீக்கென்ட்ல நான் நில்மினியோட வீட்டுக்குப் போயிருந்தேன்.'

'அடடா... அத்தை ரொம்ப நல்லாக் கவனிச்சுக்கிட்டாங்களா?'

'ஆமா...ரொம்ப ரொம்ப நல்லா... மாமாவும் நல்லொரு ஆள்தான். என்னை சயன்ஸ் மாஸ்டர்ன்னுதான் கூப்பிடுறாங்க...'

'நில்மினி ஏன் இந்த விஷயத்தை இவ்வளவு சீக்கிரமா வீட்ல சொன்னா?'

'இல்ல விமல். இந்த விஷயம் எப்பவோ அவங்க வீட்டுக்கு தெரிஞ்சிடுச்சு. அம்மா ஏதாச்சும் விசாரிச்சா உண்மையைச் சொல்லட்டுமான்னு நில்மினி என்கிட்ட கேட்டாள். நான் சொல்லச் சொன்னேன். என்னடா சிரிக்கிறாய்?'

'இல்ல... எனக்கு நில்மினி முன்னாடி சொல்லிட்டிருந்த ஒரு விஷயம் நினைவுக்கு வந்துச்சு. கல்யாணமே பண்ணிக்க மாட்டேன்னெல்லாம் என்கிட்ட சத்தியம் பண்ணியவள் இப்ப எப்படி மாறிட்டாள்...'

'விமல் உனக்கு பொண்ணுங்களை இலக்கியப் புத்தகங்கள் மூலம் மட்டும்தான் தெரியும். அதனாலதான் நான் அவள் மேல இருந்த என்னோட எதிர்பார்ப்பைக் கைவிடவேயில்ல.'

விக்ரம் நில்மினியின் வீட்டுக்கு அடிக்கடி போய் வரத் தொடங்கியிருந்தான். நானும் கூட அவனுடன் சில தடவைகள் அங்கு போயிருக்கிறேன். நான் அங்கு இறுதியாகப் போன நாள் இன்றும் எனக்கு நினைவிருக்கிறது. அன்று நான் மிகுந்த குழப்பத்தோடுதான் திரும்பி வந்தேன். அங்கு போன அன்றைய இரவில் விக்ரமும், நானும் நில்மினியின் வீட்டு விறாந்தை அறையில்தான் படுத்திருந்தோம். நள்ளிரவில் எனக்கு விழிப்பு வந்து விட்டது. விக்ரமைப் படுக்கையில் காணவில்லை. நான் வெகுநேரம் அவனை எதிர்பார்த்துக் காத்திருந்தேன். மீண்டும் மறுநாள்தான் அவனைக் கண்டேன்.

'நீ நேத்து ராத்திரி நில்மினியோட அறைக்குள்ள புகுந்துட்டியா?'

'ஏன் கேக்குறாய்?'

'நல்ல ஆள்தான் நீ. நான் நல்லாப் பயந்து போயிட்டேன். விட்டிருந்தா உன்னைத் தேடி அலைஞ்சிருப்பேன். தேடியிருந்தேன்னா அவ்வளவுதான்.'

'ஏன் டா?'

'இந்த வீட்டாட்களுக்கு விஷயம் தெரிஞ்சிருக்குமே.'

'டேய்... நீ வந்ததால உன் பக்கத்துல படுத்துக்கிட்டேனே தவிர, தனியா வந்திருந்தா எப்பவும் நான் நில்மினியோட அறைலதான் படுத்துக்குவேன்.'

எனதுள்ளம் அதிர்ந்து போனது. கடவுளே... என்ன விந்தையான ஜோடி இது? இந்த வீட்டு ஆட்கள் அதை விடவும் வித்தியாசமானவர்களாக இருக்கிறார்கள். இவன், இவளைக் கைவிட்டுப் போனால் என்ன நடக்கும்?

‘நீங்க ரெண்டு பேரும் திருட்டுத்தனமா கல்யாணம் பண்ணிட்டீங்களா?‘

‘எல்லாத்தையும் நான் பிறகு சொல்றேன் விமல்.‘

விக்ரம் அதைத் தவிர்த்து வேறெதையும் கூறவில்லை. அவன் மிகவும் சங்கடத்துக்கு ஆளானவன் போல காணப்பட்டான். அறையின் ஜன்னலருகே சென்றவன் தொலைதூரத்துக்கு பார்வையை ஓட விட்டான். எனது மனம் நில்மினியைக் குறித்தும், அவளது பெற்றோர்கள் குறித்தும் எண்ணிப் பார்த்து விட்டு மீண்டும் விக்ரமிடமே பறந்து வந்தது. விக்ரம் ஒரு பின் தங்கிய கிராமத்தை ஆக்கிரமித்திருக்கும் கேடுகெட்டவனொருவன் என்று கூறுவதில் என்ன பிழையிருக்கப் போகிறது? பல்கலைக்கழகத்தில் சமூகவியல் குறித்து கற்பிக்கப்பட்ட விரிவுரையொன்று எனது நினைவுக்கு வந்தது. அதி நவீன கருத்துக்களைக் கொண்டிருந்த விரிவுரையாக அந்த விரிவுரை அக் காலத்தில் எமது கலந்துரையாடல்களில் கொண்டாடப்பட்ட போதிலும், அந்த விரிவுரையில் கூறப்பட்ட கருத்துக்கள் எவ்வித யதார்த்தமுமின்றி வெற்றோசை எழுப்புபவையாகவே இப்போது எனக்குத் தோன்றுகிறது.

‘கலாசாரம் என்பது ஓரிடத்தில் நிலைத்திருக்காது. அது மாறிக் கொண்டேயிருக்கும். புதிய விடயங்கள் அதனுடன் வந்து சேரும். பழைய விடயங்கள் இல்லாமலாகும். இல்லாவிட்டால் தொலைவாகும். முன்பு திருமண பந்தத்திலிருந்த இலட்சணங்கள் இப்போது வெகுவாகக் குறைந்திருக்கின்றன. மேற்கத்தேய நாடுகளுடன் எமது தொடர்பாடல் நடவடிக்கைகள் அதிகரிக்க அதிகரிக்க, தொடர்புகள் அதிகரிக்க அதிகரிக்க தானாகவே கலாசாரப் பிணைப்பொன்றும் உருவாகிறது. மேற்கத்தேய நாடுகளிலுள்ள பெண்கள் தமது கணவனிடமிருந்து கிடைக்கும் உடல் ரீதியான திருப்தி போதாமலிருந்தால் அதைக் குறித்து கணவனிடமே நேரடியாகத்

தெரிவிக்கிறார்கள். அவர்கள் அதற்காக மருத்துவ சிகிச்சைகளைப் பெற்றுக் கொள்கிறார்கள். ஆனால் எமது நாட்டில் அவ்வாறெல்லாம் நடப்பதில்லை. எமது கலாசாரத்துக்கு ஏற்ப அவற்றையெல்லாம் வெளியே சொல்லக் கூடாது என்ற காரணத்தால் அவற்றை மனதிலேயே அடக்கி வைத்துக் கொண்டு துன்புறுகிறார்கள். எமது நாட்டில் சில பெண்கள் அவ்வாறான சந்தர்ப்பங்களில் திருட்டுத்தனமாக வேறு ஆண்களை நாடுகிறார்கள். இதை இன்னும் விபரமாக ஆராய்ந்து பார்க்கும் போது எமது கருதுகோள்கள் இப்போதும் குறுகிய மனப்பான்மைக்குள் சிக்குண்டிருப்பது தெளிவாகிறது. நாங்கள் இப்போதும் ஒரு பெண்ணிடம் கன்னித்தன்மையைத் தேடுகிறோம். இதனால் ஆணுக்கும், பெண்ணுக்குமிடையில் பல பிரச்சினைகள் தலைதூக்குகின்றன. இவை மிக எளிய விடயங்கள். காலம் கடந்த கருதுகோள்கள். இவற்றை இக் காலத்திலும் தோளில் சுமந்து கொண்டு திரிய வேண்டுமா? முன்னேறி வரும் உலகத்தோடு நாங்களும் முன்னே செல்ல வேண்டாமா?'

காலி பேருந்து நிலையத்தை, பேரூந்து நெருங்கும் போது அப் பேரூந்து நிலையமானது மயானத்தைப் போல பாழடைந்து காணப்பட்டது. தெரு விளக்குகளிலிருந்து கசிந்து கொண்டிருந்த வெளிச்சம் சூழவுமிருந்த பலதின் மீதும் படிந்து கொண்டிருந்தது. நில்மினியின் வீட்டுக்கு நடந்தே போய் விட வேண்டும் என்று எனக்குத் தோன்றியது. என்றாலும் கிட்டத்தட்ட பதினைந்து கிலோமீற்றர்கள் நடந்தே போகுமளவிற்கு எனக்கு சக்தி இருக்கவில்லை. பேரூந்து நிலையத்திலிருந்த நீண்ட மேடையில் நான் நடந்து கொண்டிருந்தேன். ஆங்காங்கே கந்தல் போர்வைகளைப் போர்த்திக் கொண்டு ஆண்களும், பெண்களும், குழந்தைகளும் சுருண்டு படுத்திருந்தார்கள். தொலைவிலெங்கோ கைக்குழந்தையொன்று அழுவது கேட்டது. ஒல்லியான தேகத்தைக் கொண்டிருந்த பெண்ணொருத்தி குழந்தையொன்றைத் தாலாட்டிக் கொண்டிருந்தாள். உண்மையில்

இந்த நாட்டில் இவ்வாறு அநாதரவாக்கப்பட்ட பெண்கள் எத்தனை பேர் இருப்பார்கள்? இவ்வாறான அனைத்துப் பெண்களுமே ஆண்களால் அநாதரவாக ஆக்கப்பட்டவர்கள் அல்லவா? இல்லாவிட்டால் இவர்களது கேடு கேட்ட நடத்தையின் காரணமாக இருக்கலாம். அவ்வாறான நடத்தை என்று சொன்னாலும், அது தானாக உருவாகுவதில்லையே. அதற்கும் ஆண்களின் தொடர்பு தேவைப்படுகிறதே.

புகையிரத நிலையத்திலுள்ள வாங்கில் சாய்ந்து கொண்டாவது எனது களைப்பைப் போக்கிக் கொள்ளலாம் என்ற நோக்கத்தில் நான் புகையிரத நிலையத்தினுள் நுழைந்தேன். உள்ளே நுழையும்போதே முடைநாற்றத்தை உணர்ந்தேன். மிகுந்த பாடுபட்டுத்தான் அதைப் பொருட்படுத்தாமல் உள்ளே நுழைய வேண்டியிருந்தது. எனக்கு தூக்கக் கலக்கம் இருக்கவில்லை எனினும், கடுமையான உடல் களைப்பினால் உடல் தவிக்கத் தொடங்கியிருந்தது. விடிகாலையில் பேருந்துப் பயணங்கள் தொடங்கியதுமே நில்மினியைத் தேடிப் போகலாம் என்ற நோக்கத்தில் அரையிருட்டில் கிடந்த வாங்கொன்றில் படுத்துக் கொண்டேன். பல்வேறு விதமான எண்ணங்கள் எனது மனதில் அலையடித்துக் கொண்டிருந்தன. எனது எண்ணங்களில் விக்ரம் பிரமாண்ட உருவெடுத்து அசைந்து கொண்டிருந்தான். விக்ரம் இப்போது எங்கிருப்பான்? அவன் இப்போது சுகமான மஞ்சத்தில் தனது மனைவியோடு நிம்மதியாக உறங்கிக் கொண்டிருப்பான். நான் இப்போது இவ்வாறான சாக்கடைகளிலெல்லாம் கிடந்து உழல்வது அவனால்தான் அல்லவா? ஒரு விதத்தில் பார்த்தால் இது எனது பலவீனத்தால் நிகழ்ந்தது, இல்லையா? அறிவியலில் பட்டம் பெற்ற விக்ரம், அரச நிர்வாக சேவையில் இணைந்து கொண்டது ஆரம்பத்திலிருந்தே அவனது மனதில் நிலைத்திருந்த இலட்சியம் அதுவாக இருந்தது என்பதனால்தானே? அவன் நில்மினியின்

வாழ்க்கையைச் சீரழித்ததுவும், அவளைத் தனித்தலைய விட்டதுவும் அதனால்தான் அல்லவா?

'விக்ரம், நீ நில்மினியோட வீட்டில நடந்துக்கிட்ட விதம் சரியில்ல.'

'சொல்றேன் விமல். ஆனா, உன்னால இதை நம்ப முடியலைன்னா, நான் பொய் சொல்றேன்னு மட்டும் நினைக்காதே. நில்மினி என்னோட முதல் காதலியில்ல. நில்மினியை சந்திக்க முன்னாடி மூணு பொண்ணுங்களைக் காதலிச்சிருக்கேன். ஆனா அந்த மூணு பேரும் ஒரே மாதிரியானவங்க... நில்மினி அவங்கள்ல இருந்து வேறுபட்டவள்.'

'எப்படி?'

'நில்மினி வளர்ந்த சூழல் கொஞ்சம் வித்தியாசமானதுன்னு நான் நினைக்கிறேன். நிஜமாவே அது ரொம்ப ரொம்ப வித்தியாசமானது. காரணம், நில்மினியைப் பெத்தவங்க அவளை வளர்த்தெடுக்க பௌதீக ரீதியா இல்லாம, உணர்வு ரீதியா எதையுமே தியாகம் செய்யல. வேறு விதமா சொல்றதுன்னா நில்மினி பெத்தவங்களோட அரவணைப்புல கண்ணும் கருத்துமா வளர்க்கப்பட்டு சமூகத்துல விடப்பட்ட ஒரு பிள்ளையில்ல. தான்தோன்றித்தனமா வளர்ந்த ஒருத்தின்னுதான் எனக்குத் தோணுது.'

'ஆமாமா. ஒரு பொண்ணுக்கு செய்ய வேண்டிய அநீதியையெல்லாம் செஞ்சுட்டு அவளைக் குற்றம் சாட்டவும், காரண காரியங்களை முன்வைக்கவும் நம்மால முடியும்தானே. சுயநலவாதத்தை அடிப்படையாக் கொண்டு நீ பேசிட்டிருக்கிறாய். அதைத்தாண்டி வேறொண்ணும் எனக்குத் தெரியல.'

'இல்லடா மச்சான்... சத்தியமா அப்படியில்ல. நான் நிரபராதி ஆகப் பார்க்கல. நான் சொல்றதைக் கொஞ்சம் கேளேன்.'

'சரி... சொல்லு.'

'நீ கூட என்னைப் புரிஞ்சுக்க முயற்சிக்காதது எனக்குக் கவலையைத் தருது. நான் என்ன சொல்ல வர்றேன்றத கொஞ்சம் பொறுமையாக் கேளேன். அப்போதான் உனக்கு இதோட ஆதியந்தம் எல்லாம் புரியும்.'

விக்ரமின் வாயிலிருந்து மிகுந்த ஆதங்கத்தோடு வார்த்தைகள் வெளிவருவது போலத் தோன்றியது. நான் அவனை ஓரக் கண்ணால் கவனித்தேன். மிகுந்த சங்கடத்தோடு இருக்கிறான் என்பது அவனது முகத்தில் தென்பட்டது. நெஞ்சு நிறைய மூச்சிழுத்து பெருமூச்சாக வெளியிட்டவன் மெதுவான குரலில் கதைக்கத் தொடங்கினான்.

'பெத்தவங்கக்கிட்ட இருந்து ஒரு குழந்தைக்குக் கிடைக்க வேண்டிய அன்பும், அரவணைப்பும் மிகவும் குறைவாகக் கிடைக்கப் பெற்றவள்தான் நில்மினி. கிடைக்கவேயில்லன்னு கூட சொல்லலாம். அம்மா, அப்பா ரெண்டு பேரோட வாழ்க்கையும் அமைதியா, சந்தோஷமானதா இருக்கல. என்னால நிச்சயமா சொல்ல முடியலன்னா கூட ஒண்ணு சொல்லலாம். மனசுல நிம்மதியே இல்லாமத்தான் அவங்க ரெண்டு பேரோட வாழ்க்கையும் கழிஞ்சு போயிருக்கு. எந்த விதமான அர்த்தமுமில்லாம அவங்க ரெண்டு பேரும் எப்பவும் சண்டை பிடிச்சுக்கிட்டே இருந்திருக்காங்க. ஒரு பொண்டாண்டி, புருஷனுக்கு செய்ய வேண்டிய கடமைகள்னு ஒண்ணு இருக்குல்ல? அதெல்லாம் என்னன்னு கூட நில்மினியோட அப்பாவுக்குத் தெரியல. நில்மினிக்கிட்ட கேட்டு தெரிஞ்சுக்கிட்டது, நானாக அவதானிச்சது இதையெல்லாம் வச்சுத்தான் நான் இதை சொல்லிட்டிருக்கேன். சில வேளை என்னோட கணிப்பு முழுமையாக இல்லாமலிருக்கலாம். ஆனா எதுவும் பிழையில்ல.'

'நில்மினி என்ன சொன்னாள்?'

'நில்மினி என்கிட்ட எல்லாத்தையும் சொல்லிட்டாள். எதையுமே மறைக்கல. நானும் அதையெல்லாம் முக்கியமானதாக் கருதவேயில்ல. இதை யாராவது கேட்டா ஆச்சரியப்படுவாங்க... நில்மினியோட அம்மாவும், அப்பாவும் தனித்தனியாத்தான் சமைச்சு சாப்பிடுறாங்க.'

'ஒரே வீட்டிலா?'

'ஆமா. சமைக்கிறதுக்காக ஒரு வயசான பாட்டி இருக்கா. அவ தங்குறதுக்காக வீட்டுக்குப் பக்கத்துல ஒரு குடிசை போல ஒண்ணைக் கட்டிக் கொடுத்திருக்காங்க. அதுலதான் அவ நில்மினியோட அப்பாவுக்காக சமைக்கிறா. வீட்டுக்குள்ள இருக்குற சமையலறையில சமைக்கிறது நில்மினியோட அம்மா மாத்திரம்தான்.'

'நீ போனா எங்க சாப்பிடுவாய்?'

'எனக்கு ஆரம்பத்துல அது எதுவுமே தெரியல. ஆனா தெரிஞ்சதுக்கப்புறம் நான் அதை வித்தியாசமாகக் கருதல. இருந்தாலும் போகப் போக அது எனக்கு அருவெறுப்பான ஒரு விஷயமாத் தோணுச்சு.'

பேசியே களைத்துப் போனவன் போல விக்ரம் நீண்ட பெருமூச்சொன்றை விட்டு மௌனமானான். அவனது முகம் இருண்டிருந்தது. உடல் முழுவதும் தண்ணீரை ஊற்றியது போல வியர்த்திருந்தது. எவ்வளவுதான் கதைத்தாலும், வெளியே சொல்ல முடியாத ஏதோவொன்று அவனது மனதில் பாரமாக அழுத்திக் கொண்டிருப்பதை அவனில் கண்டேன். ஒரு கணம் விக்ரம் குறித்து எனது மனதில் கவலையை உணர்ந்தேன். அவனது மனதுக்கு ஆறுதலாகக் கதைக்க வேண்டும் என எனக்குத் தோன்றியது.

'நீ நில்மினியைக் காதலிக்கிறது வேற விஷயம். ஆனா அதுக்காக ஏன் அவ வீட்டுக்குத் தங்கப் போனாய்?'

‘பிரச்சினையே அதுதான்டா. அங்க போகாமலிருக்கத்தான் நான் ரொம்பப் பாடுபட்டேன். ஆனா நான், நில்மினி சொல்றதுக்கெல்லாம் செவி சாய்க்கத் தொடங்கிய பிறகு என்னாலேயே என் மனசைக் கட்டுப்படுத்திக்க முடியாமப் போயிடுச்சு. நில்மினி தன்னந்தனியா வாழப் போராடிட்டிருக்கா என்ற உணர்வு என்னோட மனசுல அனுதாபமா மாறிடுச்சு. இன்னொரு விஷயம்...‘

‘என்ன?‘

‘இதையெல்லாம் நான் எதுக்காக உன்கிட்ட மறைக்கணும்... உண்மையை சொல்லப் போனா நில்மினி என்ன செய்றாள், எங்க போய் வாறாள்னெல்லாம் தேடிப் பார்க்க யாருமே இருக்கல. இந்த சுதந்திரத்தால அவள் நிறைய பிரச்சினைகளுக்கு முகம் கொடுத்திருக்காள்.‘

‘என்ன பிரச்சினைகள்?‘

‘நீ நம்புவியோ மாட்டியோ தெரியாது. நாங்க உடல் ரீதியா தொடர்பு வச்சுக்கத் தொடங்கினோம். அதுவும் என்னோட தேவைக்காக இல்ல. நில்மினியோட தேவைக்கு. அதான் முன்னாடியே சொன்னேனே... நான் முன்பு காதலிச்ச பொண்ணுங்கள்ல இருந்து நில்மினி வித்தியாசமானவள் னு. என்னோட உடல் ரீதியாத் தொடர்பு வச்சுக்கணும்றது நில்மினிக்கு ரொம்ப அவசியமா இருந்தது.‘

‘நீ உத்தமன்.‘

‘இல்ல... அப்படியெல்லாம் சொல்ல மாட்டேன். நானும் உணர்ச்சிகளுக்கு அடிமையாகிட்டேன். அதை ஏத்துக்குறேன்.‘

‘........‘

‘ஏன் பேசாமலிருக்கிறாய்?‘

விக்ரமின் பார்வை வெற்று ஆகாயத்தின் மீது சென்றது. முக ரேகைகள் படிப்படியாக மாறியது. இரு கைகளையும் தலையில் வைத்துக் கொண்ட விக்ரம் விம்மியழத் தொடங்கினான். நான் அக் கணத்திலும் அமைதியாகவேயிருந்தது எனது மனதும் மிகவும் குழம்பிப் போயிருந்ததால் ஆக இருக்கலாம். நான் சில சிகரெட்டுகளைப் புகைத்துத் தீர்த்தேன். புகை வளையங்கள் சிதறி மிதந்து சென்றன.

'என்னோட வாழ்க்கையை நினைச்சா எனக்கு ரொம்பக் கவலையா இருக்கு விமல்.'

'அதையெல்லாம் பொருட்படுத்தாதே விக்ரம். வாறதுக்கு முகம் கொடுப்போம். நில்மினி தரப்புல எந்தப் பிரச்சினையும் இல்லல்ல? அவள் நல்லவள்தானே. சந்தோஷமா சேர்ந்து வாழ உங்க ரெண்டு பேராலயும் முடியும்.'

'என்னடா உளர்றாய்?' என்று ஆவேசமடைந்தவன் போல எழுந்து நின்ற விக்ரம் முஷ்டியை மடக்கியவாறு கத்தினான்.

'கத்தாதே விக்ரம்.'

'இந்த உலகம் முழுசும் கேட்க நான் கத்துவேன்.'

'உட்காரு... நான் சொல்றதைக் கேட்டு உட்காரு. நாங்க பொறுக்கிகள் போல நடந்துக்கத் தேவையில்ல. இதைப் பத்தி நல்லா யோசிச்சு முடிவெடுக்க நம்மால முடியும்ல?'

விக்ரம் மிகுந்த வேதனையை அனுபவித்துக் கொண்டிருப்பவன் போலத் தென்பட்டான். அந்த சந்தர்ப்பத்தில் என்ன முடிவெடுக்கலாம் என்ற தீர்மானத்துக்கு வர இயலாமல் நான் அவனுடன் மதுபானசாலை நோக்கி நடக்கத் தொடங்கினேன். விக்ரம் அதிகம் குடித்தான். நான் முட்டாள்தனமான காரியமொன்றைச் செய்து விட்டேன் என்று

எனக்குத் தோன்றியது. நாங்கள் மதுபானசாலையில் அடியெடுத்து வைத்த வேளையில் ஒரே களேபரமாக இருந்தது. ஆனால் இப்போது ஆழ்ந்த நிசப்தம் நிலவிக் கொண்டிருந்தது. அது மனதுக்கு மிகவும் ஆறுதலாக இருந்தது. தாளத்துக்கு ஏற்ப அசைவது போல பழுதடைந்த பழைய மின்விசிறி மெதுவாக சுற்றிக் கொண்டிருந்தது. நான் அதையே வெகுநேரம் பார்த்துக் கொண்டிருந்தேன். விக்ரம் எனது அமைதியைக் கலைத்தான்.

'என்கூட உடல் ரீதியா தொடர்பு வச்சுக்க நில்மினிக்குத் தேவையாக இருந்துச்சு விமல். நான் பண்பாடு, கலாசாரம் எல்லாத்தையும் எவ்வளவோ மதிக்குறவன். அதனால நான் என்ன செஞ்சாலும் கலாசாரத்துக்குக் கட்டுப்பட்டு நில்மினியைக் கல்யாணம் பண்ணிக்கனும்னு நினைச்சுட்டிருந்தேன். ஆனா என்னோட மனசு மாறிடுச்சு. எனக்கு என்னோட ஆண்மையை நினைச்சா கவலையா இருக்கு. 'ஐயோ விக்ரம்ம உன்னால முடியல.' அவளோட இந்த வசனங்கள் என்னோட மூளைல ஆழப் பதிஞ்சு வெளியே வர முடியாமத் தவிச்சுட்டிருக்கு. என்னோட மண்டையைப் பிளந்து இந்த வசனங்களை வெளியே எடுத்துப் போடு விமல். என்னால நிம்மதியா இருக்கவே முடியல. இந்த வசனங்கள் ஞாபகம் வந்துட்டேயிருக்கு. என்னைக் கொன்னுடு... இல்லேன்னா என்னோட மனசுலருந்து இந்த வசனங்களை அழிச்சுடு விமல்.'

'சின்னப் பிள்ளை மாதிரி நடந்துக்காதே விக்ரம். கொஞ்சம் பொறுமையா இரு.'

'எனக்கு நில்மினியைக் கொல்லத் தோணுச்சு மச்சான்... நான் அன்னிக்கு அவளைக் கொல்லாம விட்டது ஏன்னு எனக்குப் புரியல. எவ்வளவுதான் படிச்சிருந்தாலும், நான் உத்தமன் கிடையாது விமல். நில்மினியும் ஒண்ணும் கன்னிப் பொண்ணு இல்ல...'

விக்ரம் இதனால் அனுபவித்த துயரங்கள் ஏராளம். நான் அவனது வற்புறுத்தலின் பேரில் இது சம்பந்தமாக பல விடயங்களில் தலையிட நேரிட்டது. நில்மினி அழுதவாறே விக்ரமை ஆற்றுப்படுத்தினாள். அவன் அவளது அழுகை கண்டு மிகவும் பதற்றமுற்றான். அவன் அவளை ஆற்றுப்படுத்தினான். இருந்தாலும், அவன் ஆறுதலடையவேயில்லை. என்னதான் கேட்கக் கூடாத விடயம் என்றாலும், நான் நில்மினியிடம் இது குறித்து விசாரித்தேன். விக்ரமைத் தவிர வேறு எந்த ஆணும் தன்னைத் தொட்டதேயில்லை என்று அவள் அழுது புலம்பியவாறு சத்தியம் செய்தாள். அவள் கூறிய எதையும் என்னால் மறுக்க முடியவில்லை. இருந்தாலும், விக்ரமின் மனதை ஆற்றுப்படுத்தவும் என்னால் முடியவேயில்லை.

பேராசிரியர் சிறில் பொன்சேகாவை சந்திக்க நான் விக்ரமையும் கூட்டிக் கொண்டு மருத்துவக் கல்லூரிக்குப் போனேன். அவன் மிகுந்த உற்சாகமாக அந்தப் பயணத்தில் கலந்து கொண்டான். பேராசிரியர் பொன்சேகாவின் வசன உச்சரிப்பு - அவரது தொனி எனது மனதினுள் அவர் மீது மிகுந்த கண்ணியத்தைத் தோற்றுவித்தது. கருத்துக்களை மிகவும் தெளிவாகவும், சரியான உச்சரிப்போடும் அவர் கதைத்த விதம் இப்போதும் எனக்கு நினைவிருக்கிறது.

'ஒரு பெண்ணின் கன்னித்தன்மையை எவ்வாறு அளவிட முடியும்? அதை அளவிடும் விதம் எமது கலாசாரத்தில் குறிப்பிடப்பட்டிருக்கிறதுதான். இருந்தாலும், அந்த அளவுகோல் முக்கியமான ஒன்றல்ல. அது எவ்வளவு பிழையானது என்பதை மருத்துவத்தைக் கற்றால் புரிந்து கொள்ள முடியும். குழந்தைப் பிரசவத்தின் போது தமது கன்னித்தன்மையை இழந்த பெண்களும் இருக்கிறார்கள் என்பது மருத்துவ பரிசோதனைகள் மூலம் நிரூபிக்கப்பட்டிருக்கிறது. சில சந்தர்ப்பங்களில் முதல் கூடலின் போதே குருதி வெளிப்படாது. அதற்காகவெல்லாம் கன்னித்தன்மையை

இழந்தவள் என்று தவறாக நினைப்பது சரியல்ல. மனிதன் எனப்படுபவன் வளர்ச்சியடைந்த ஒரு விலங்கு. ஏன் இந்த வளர்ந்த விலங்கு மிகச் சாதாரணமான ஒரு விடயத்தை நினைத்துக் கவலைப்பட்டுக் கொண்டிருக்க வேண்டும்? பெண்ணொருத்தி ஒரு ஆணை மிகவும் பவித்திரமான, படுதூய்மையான, நிர்மலமான, மாசற்ற, ஒழுக்கமான உத்தமன் ஒருவன் என்று எப்படிக் கணிப்பாள்? அதற்கு என்ன அளவுகோல் இருக்கிறது? ஒரு பெண் பவித்திரமானவள், தூய்மையானவள், நிர்மலமானவள், ஒழுக்கமானவள் என்பதை ஒரு துளி இரத்தத்தால் கணிக்க முடியுமா? ஒரு உதாரணத்துக்கு இப்படி வைத்துக் கொள்ளுங்கள். இருபது, முப்பது ஆண்களுடன் பழகிய ஒருத்தி. அவள் இதுவரை எவருடனும் கூடியவளில்லை என்றாலும் அந்த ஆண்களுடன் செய்ய முடியுமான காரியங்கள் அனைத்தையும் செய்தவள். அவளது கன்னித்தன்மையை அந்தப் பழைய அளவுகோலால் நிரூபிக்க முடிந்தது. அதனால் அவள் ஒழுக்கமானவள் என்றாகுமா?'

விக்ரமின் மனதிலிருந்த சந்தேகம் அதனால் குறையாவிட்டாலும் அவரது வார்த்தைகளால் சற்றேனும் ஆறுதலடைந்திருந்தான் என்பதை என்னால் கூற முடியும். இது தொடர்பாக எனக்கு அதன் பிறகு அவனால் எவ்வித வற்புறுத்தல்களும் மேற்கொள்ளப்படாதிருந்தமை அவரது வார்த்தைகளின் பலனாக இருக்கலாம்.

ஒரு கணம் கூட எனது கண்கள் மூடவில்லை என்பதை என்னால் உறுதியாகக் கூற முடியும். ரயிலின் குழலோசை அந்தச் சூழலை அதிர்வுக்குள்ளாக்கிக் கொண்டிருந்தது. நான் வாங்கில் அமர்ந்து கொண்டு காதுகளை மூடிக் கொண்டேன். இடி முழக்கம் போல ரயிலொன்று புறப்பட்டது. அது எனது தேகத்தின் மேலே செல்வது போல எனக்குத் தோன்றியது. உடல் ரீதியாக நான் மிகவும் சோர்ந்து போயிருந்ததால் அந்த உணர்வும் கூட எனக்குள் மிகுந்த பதற்றத்தைத்

தோற்றுவித்தது. எனக்கு நில்மினியின் கடிதம் நினைவுக்கு வந்தது. அவள் ரயிலில் ஏற முற்பட்ட வேளையில் தவறி விழுந்த விதம் எனக்குள் தோன்றியது. ரயிலின் ஓசை அவளது மனதைத் துன்புறுத்தியிருக்கக் கூடிய விதத்தைக் கற்பனை செய்து பார்த்தேன். நில்மினியும், விக்ரமும் சுதந்திரமாகக் காலம் கடத்தியது அவளது பெற்றோரின் விரிசலை ஆயுதமாகக் கொண்டுதானா? இல்லாவிட்டால், நில்மினி தொடர்பான விடயங்கள் அனைத்தையும் தெரிந்து கொண்டு பெற்றோரே அதற்கு இடம் கொடுத்தார்களா? என் மனதை ஆற்றுப்படுத்தக் கூடிய எந்த எண்ணமும் என் மனதில் தோன்றாமலிருக்கும் அளவுக்கு என்ன பாவம் செய்திருக்கிறேன் நான்?

நில்மினி, விக்ரமுடன் இணைவதன் மூலம் எதை எதிர்பார்த்திருப்பாள்? அவள் விக்ரமை ஆக்கிரமித்துக் கொண்ட விதம் வியப்பாக இருக்கிறது, இல்லையா? ஆனாலும், அவை எவற்றாலும் இப்போது என்ன பயனிருக்கிறது?

காலியிலிருந்து விடிகாலை நான்கு முப்பதுக்குக் கிளம்பிய பேரூந்தில் ஏறி நில்மினியைத் தேடிப் புறப்பட்டேன். புகையிரத நிலையத்திலிருந்த மிகவும் அசுத்தமான கழிப்பறையிலிருந்து வெளிவந்த நான் வாந்தியெடுக்கும் அளவுக்கு ஆகி விட்டிருந்தேன். பயணிகள் குறைவாக இருந்த அந்தப் பேரூந்தின் குலுக்கல்கள் எனது அசௌகரியத்தை மேலும் அதிகரித்தன. தூங்காமலேயே இரவைக் கழித்திருந்ததால் எனது கண்களிரண்டும் சிவந்திருக்கும் என்று எனக்குத் தோன்றியது. அணிந்திருந்த ஆடைகள் அழுக்கடைந்து முழுமையாக அசுத்தமான நிலையிலிருந்தேன் நான். எனினும் என்னைக் கவனிக்க யாருமில்லை என்று என்னையே சமாதானப்படுத்திக் கொண்டேன். காரிருள் இன்னும் விட்டு விலகாதிருந்தது. பேருந்திலிருந்து கிளம்பிய வெளிச்சம் சூழவுமிருந்த இருளை மிகவும் முனைப்பாகக் காட்டியது. நில்மினி மீது எனக்கும்

காதல் இருந்தது. விக்ரம் படுமோசமானவன் என்று எனக்குத் தோன்றியது. அவனும், நில்மினியும் இருவருமே படுமோசமானவர்கள் அல்லவா? அவர்களை மாத்திரம் அவ்வாறு குற்றம் சாட்டுவது சரியா? நான்தான் இதற்கெல்லாம் முற்றுமுழுதாகப் பொறுப்பேற்க வேண்டியவன், இல்லையா?

'விமல், நீ எனக்குச் செய்யக் கூடிய மிகப் பெரிய உதவி இதுதான்.'

'எனக்கு எல்லாம் விளங்குது விக்ரம். ஆனா எனக்கு அந்தத் துறையில யாரையுமே தெரியாதே.'

'எனக்கு இதை வேறு யார்கிட்டயும் சொல்ல முடியாது விமல்.'

நில்மினி கர்ப்பமாக இருக்கிறாள் என்ற தகவலை மிகுந்த கையறு நிலையிலேயே விக்ரம் என்னிடம் தெரிவித்தான். அந்தத் தகவலை செவிமடுத்ததும் எனதுள்ளம் இடி தாக்கியதைப் போல அதிர்ச்சியால் திகைத்துப் போனது.

'இதுக்காக இப்ப நான் நிறைய செலவழிச்சுட்டேன் விமல். எதுவுமே சரி வரல. இப்போ இருக்குற நிலைமைல அபார்ஷன் பண்றதைத் தவிர வேற வழியில்ல.'

'பேசாம அவளைக் கல்யாணம் பண்ணிக்கோ...'

'எனக்கும் அது தோணுச்சுதான். ஆனா கடந்த ஒரு மாசமா அவளுக்குக் கொடுத்த மருந்துகளோட விளைவால பொறக்குற குழந்தை அங்கவீனமாத்தான் பொறக்குமாம். சாகும் வரைக்கும் அதைப் பராமரிக்க வேண்டியிருக்கும். கல்யாணம் கட்டுறதெல்லாம் ஒரு பிரச்சினையேயில்ல. இதுல இருந்து தப்பிக்கிறதுதான் பிரச்சினை.'

விக்ரமின் தேவையை நிறைவேற்ற நான் பல நெருக்கடிகளைச் சந்திக்க வேண்டி வந்தது. எப்பாடுபட்டேனும், மருத்துவரொருவரைச் சந்திக்க முடிந்தது கொஞ்சமேனும் மகிழ்ச்சியை அளித்ததாக எனக்குத்

தோன்றியது. நில்மினியும், விக்ரமும், நானும் மருத்துவரைத் தேடிப் போன வேளையில். அங்கு ஆண்களும், பெண்களுமாக கிட்டத்தட்ட பத்து பன்னிரண்டு பேர் இருந்தார்கள். அவர்களுக்கு மத்தியில் மிகவும் இளமையான ஜோடிகளாக நில்மினியும், விக்ரமும் இருந்தார்கள் என்று கூறலாம்.

முகக் கவசத்தை நாடிக்குக் கீழாக இழுத்து விட்டிருந்த மருத்துவரிடம் நான் தயங்கித் தயங்கித்தான் சென்றேன்.

'டாக்டர், மிஸ்டர் சில்வா இதை உங்களிடம் தரச் சொன்னார்.'

மூக்குக் கண்ணாடிக்குக் கீழால் ஆள்காட்டி விரலை நுழைத்து ஒரு கண்ணைத் தடவியவாறே கடிதத்தை வாசித்தவர் கடிதத்தை வைத்து விட்டு எழுந்து நின்றார்.

'எத்தனையாவது மாசம் இது?'

நில்மினி கூச்சத்தோடு நெளிந்தாள்.

'மூணு.'

'வேற குழந்தைகள் இருக்காங்களா?'

'இல்ல.'

'காலைல ஏதும் சாப்பிட்டீங்களா?'

'இல்ல.'

'அந்த அறைக்குப் போங்க. தங்க நகைகள் இருந்தா ஹஸ்பண்ட் கிட்ட கழட்டி கொடுத்துட்டுப் போங்க.'

எனது தேகம் வியர்வையில் குளித்திருந்தது. நில்மினி கழுத்தில் கிடந்த தங்கச் சங்கிலியைக் கழற்றி விக்ரமின் கையில் திணித்தாள். மெதுவாக கைக்கடிகாரத்தையும் கழற்றினாள். அவள் அந்த அறைக்குப்

போகும் முன்பு மிகுந்த கையறு நிலையில் விக்ரமையே பார்த்துக் கொண்டிருந்தாள். விக்ரமின் விழிகளிரண்டும் கண்ணீரால் நிரம்பியிருந்தது. இனியும் அங்கு நின்றுகொண்டிருப்பது மிகுந்த சங்கடத்தை அளித்ததால் நான் அவ்விடத்திலிருந்து விலகி வந்தேன்.

வெளியே அமர்ந்திருந்த ஆண்களும், பெண்களும் என்னை ஓரக் கண்ணால் பார்த்து கிசுகிசுப்பாகக் கதைத்துக் கொள்வது போல எனக்குத் தோன்றியது. சில கணங்களில் விக்ரமும் வெளியே வந்தான். இங்கு செய்யப்படும் ஒரேயொரு மருத்துவ சிகிச்சை இது மாத்திரம்தான் என்பது எனக்கு சொற்ப நேரத்துக்குள் புரிந்து போனது. ஒவ்வொருவராக உள்ளே அழைக்கப்பட்டார்கள். கருக்கலைப்பு வேலை முடிந்ததும் ஒவ்வொருவராக வெளியேறிப் போவதும் எனக்குத் தென்பட்டது. முச்சக்கர வண்டிகள் பல அந்த சிகிச்சை நிலையத்துக்கு அருகில் நிறுத்தப்பட்டிருந்தன. சிகிச்சை நிலையத்திலிருந்து வெளியேறும் ஜோடிகள் அவற்றில் ஏறி புறப்பட்டுப் போனார்கள். நான் மயக்கம் வருவதைப் போல உணர்ந்தேன். கிட்டத்தட்ட ஒரு மணித்தியாலத்துக்குப் பிறகு விக்ரம் உள்ளே அழைக்கப்பட்டான். விக்ரம் என்னையும் கூட வரும்படி அழைத்தான்.

கனத்த மரத்தூள் அட்டைகளால் மறைக்கப்பட்டிருந்த அறைகள். அவற்றுள் போடப்பட்டிருந்த கட்டில்களில் பெண்கள் மயங்கிய நிலையில் படுத்திருந்தார்கள்.

‘ஹஸ்பண்ட் மட்டும் உள்ளே வரலாம்.’

நான் உடனடியாகத் திரும்பி நடந்தேன். திரும்பி நடக்கும்போது அங்கிருந்த அனைத்து அறைகளுக்குள்ளும் எனது பார்வை மின்னல் வேகத்தில் பயணித்தது. நிர்வாணமான பெண்கள் அந்தக் கட்டில்களில் கிடத்தப்பட்டிருந்தார்கள். எல்லா அறைகளுக்குள்ளும் ஓரோர் ஆணும்

நின்று கொண்டிருந்தார்கள். விக்ரமும் நில்மினியின் அருகில் இப்போது இப்படித்தான் நின்று கொண்டிருப்பான். கூடிய சீக்கிரம் இந்த இடத்திலிருந்து போய் விட வேண்டும் என்று எனக்குத் தோன்றியது. என்றாலும் இவர்களைத் தனியே விட்டுவிட்டுச் செல்வது சரியில்லை. நில்மினியின் உயிருக்கு ஆபத்து நேருமானால் அந்தக் குற்றத்துக்கு முதலில் மாட்டிக் கொள்பவன் நான், இல்லையா? கடவுளே அவளுக்கு எந்த ஆபத்தும் நேரக் கூடாது. எனது எண்ணம் பயங்கரமான கற்பனைகளால் நிரம்பியிருந்தது. அவள் செத்துப் போய் விடுவாளோ என்று எனக்குள்ளே மிகப் பெரும் பயம் தோன்றியிருந்தது.

'விமல், இன்னிக்கு இங்கேயே தங்கிட்டு காலையில போயிடலாம்னு நில்மினி சொல்றா.'

'தங்க அனுமதிப்பாங்களா?'

'ரூம் ஒண்ணு எடுக்கலாம்னு சொன்னாங்க.'

'அது நல்லதுதான். நான் காலைல வாறேன்.'

'தப்பா எடுத்துக்காதேடா... விடிகாலைலயே வந்திடு.'

'அவளுக்கு எப்படி இப்போ? வலி இருக்கா?'

'முனகிட்டிருக்கா. பயப்படத் தேவையில்லன்னு டாக்டர் சொன்னார்.'

மறுநாள் விக்ரமையும், நில்மினியையும் விடுதியொன்றில் விட்டு வந்த நான் மதுபானசாலைக்குச் சென்று மதி மயங்கும் வரைக்கும் குடித்துத் தீர்த்தேன். போத்தல்கள் சுழலத் தொடங்கின. சிகரெட் ஒன்று முடிய ஒன்றைப் பற்ற வைத்துக் கொண்ட நான், மேலும் மேலும் குடித்துக் கொண்டேயிருந்தேன். மிகப் பெரும் பாவச் செயலில் பங்கேற்றவன் நான். இந்தப் பாவம் எனது வாழ்நாளுக்குள் பலனளிக்கும். தட்டிலிருந்த கடைசி இறாலையும் வாயில் போட்டுக்

கொண்டேன். அந்தத் தட்டைத் தூக்கி நிலத்திலடிக்க எனக்குத் தோன்றியது. அதில் படிந்திருந்த குழம்பை விரலால் தோய்த்தெடுத்து நாக்கில் தடவிக் கொண்டேன். அங்கிருந்து வெளியேறி விட வேண்டும் என்று எனக்குத் தோன்றியது. ஆனாலும் அது என்னால் முடியாதிருந்தது. முகக்கவசத்தை தனது நாடிக்குக் கீழாக இழுத்து விட்டிருந்த மருத்துவர் எனக்கு நினைவு வந்தார். கனத்த மரத்தூள் அட்டைகளால் அமைக்கப்பட்டிருந்த அறைகளின் வரிசை, அவற்றுள் கட்டில்களின் மீது படுத்துக் கிடந்த பெண்கள், சிகிச்சையறை ஆகியவை எனது கண் முன்னே தோன்றிக் கொண்டேயிருந்தன.

விக்ரம் அரச நிர்வாக சேவையில் இணைந்து கொண்ட பிறகும் நில்மினியுடன் பல இடங்களுக்குச் சுற்றித் திரிந்தான் என்பதை நான் அறிவேன். விக்ரம், நில்மினியைக் கைவிட்டது எவ்வாறு? விக்ரம் என்னைத் தவிர்க்கத் தொடங்கியது ஏன்? விக்ரம் தனது திருமண அழைப்பிதழோடு எனக்கு அனுப்பியிருந்த கடிதத்திலிருந்த வரிகள் எனக்கு நினைவு வந்தன.

'என்னுடைய வாழ்க்கையை இனிமேலும் சீரழித்துக் கொள்ள என்னால் முடியாது. நான் நில்மினியின் வாழ்க்கையை நாசமாக்கி விட்டேன் என்று நீ என்னை சபிக்கக் கூடும். ஆனால் நான் நில்மினியின் வாழ்க்கையை நாசமாக்க வேண்டும் என்ற நோக்கத்தில் அவளைக் காதலிக்கவில்லை. ஆனால் அவள் என்னை ஏமாற்றி விட்டாள். என்ன ஆனாலும் என்னால் நில்மினியோடு சந்தோஷமாக வாழவே முடியாது. அவள் கன்னியில்லை என்பதைத் தெரிந்து கொண்டதுமே அவளை விட்டு விலகாதிருந்தது எனது தவறு என்பதை இப்போது நான் உணர்கிறேன். நான் கவலைப்பட்டுக் கொண்டிருக்கும் ஒரே விடயமும் அதுதான். நில்மினியும் என்னை சபிக்கக் கூடும். அந்த சாபம் பலித்தாலும் எனக்குக் கவலையில்லை. நில்மினியைப் பார்க்கவே எனக்கு அருவெறுப்பாக இருக்கிறது. நீ விரும்பினால் எனது

கல்யாணத்துக்கு வரலாம். என்னை நில்மினியோடு சேர்த்து வைத்ததுவும், நில்மினியோடு கழித்த இருண்ட காலத்தில் எனக்கு பெரிய பெரிய உதவிகளையெல்லாம் செய்ததுவும் நீதான். எனக்கு நில்மினியின் சகவாசத்திலிருந்து ஒதுங்கத் தேவையாக இருந்த காரணத்தால்தான் கடந்த சில காலமாக உன்னை விட்டு நான் விலகியிருந்தேன். உன் மீது எனக்கு எந்தக் கோபமும் இல்லை. நீ நண்பன் இல்லை. கடவுள். உனது இரு பாதங்களையும் தொட்டுக் கும்பிட்டு அதைச் சொல்ல விரும்புகிறேன். எனக்கு வாழ வேண்டும். நில்மினியுடன் என்னால் வாழ முடியாது.'

இருள் படிப்படியாக குறையத் தொடங்கியிருந்தது. நான் பேருந்திலிருந்து இறங்கி அருகிலிருந்த தேநீர்க் கடையில் வயிறு நிறைய சாப்பிட்டேன். பசியோடு இருந்த காரணத்தால் எனது உடல் மிகவும் சோர்ந்து போயிருந்தது. இப்போது நான் மீண்டும் சக்தி பெற்று விட்டவன் போல உணர்ந்தேன். என்னை ஆட்கொண்டிருக்கும் சக்தி எது? நில்மினியைச் சந்தித்து என்ன சொல்லப் போகிறேன் நான்? அவளைத் திருமணம் முடிக்கும் எனது தீர்மானத்தை எவ்வாறு அவளிடம் தெரிவிப்பேன்? அவள் அதை ஏற்றுக் கொள்வாளா? நில்மினியைத் திருமணம் முடித்து என்னால் சந்தோஷமாக வாழ முடியுமா? பழைய ஞாபகங்கள் என்னைச் சுற்றிக் கொண்டேயிருக்குமா? ஒரு நரகத்துக்குள் நுழையவா நான் முயற்சித்துக் கொண்டிருக்கிறேன்? எனக்கு விதிக்கப்பட்டிருக்கும் வாழ்க்கை எவ்வாறிருக்கும்?

தண்ணீர் தேங்கியிருந்த வயல்வெளிகள் விடிகாலை சூரியக் கதிர்கள் பட்டு பிரகாசித்துக் கொண்டிருந்தன. வரிசை வரிசையாகக் காணப்பட்ட வயல்வெளிகளில் கருப்பு நிறத்தில் ஆங்காங்கே இருந்த கற்பாறைகள் பாதுகாவலர்கள் போல எனக்குத் தென்பட்டார்கள். நாற்புறங்களும் சூரிய ஒளியில் பிரகாசித்துக் கொண்டிருந்தன.

வயல்வெளியைக் கடந்த நான் ஒற்றையடிப் பாதையொன்றில் நடக்கத் தொடங்கினேன்.

இப்போது நான் நில்மினியின் வீட்டுக்குப் போய்க் கொண்டிருக்கிறேன். நில்மினியின் வாழ்க்கையில் புதிய அர்த்தத்தை உருவாக்கி, இதே பாதையில் நான் அவளோடுதான் திரும்பி வருவேன். நேசத்தின் சாயல் கூட தொட்டிராத எனது ஜீவிதம் அவளால் ஒளி பெறக் கூடும். எனது உற்ற தோழனால்தான் அவள் அநாதரவாக்கப்பட்டாள். எமக்கிடையே மீண்டும் நட்பு துளிர்த்தால் அது எமது திருமண வாழ்க்கைக்கு ஆபத்தாக அமையுமா? நில்மினி எனது மனைவியாக ஆனதன் பின்னர் விக்ரம் என்னை விட்டும் நிரந்தரமாகவே தொலைவாகி விடுவான். அதுதான் நிம்மதி. நில்மினியையும் கூட்டிக் கொண்டுதான் இன்று நான் போக வேண்டும். அவளைக் கூட்டிக் கொண்டு எங்கே போவேன்? எனக்கு அம்மாவோ, அப்பாவோ இருந்திருந்தால் என்னால் இந்தத் தீர்மானத்துக்கு வர ஒருபோதும் முடிந்திருக்காது. நான் நில்மினியைத் திருமணம் செய்து கொள்வது எனது தங்கையின் எதிர்காலத்தைப் பாதிக்குமா? அவள் இதற்கு என்ன சொல்வாள்? நான் அறிந்த எவையும் அவளுக்குத் தெரியாது. நான் அறிந்த எவையும் எவருக்கும் தெரியாது. எனதுள்ளம் மகிழ்ச்சியால் பூரித்து பொங்கி வழிந்து கொண்டிருந்தது

நில்மினியின் வீட்டுக்கு முன்னால் தொங்கவிடப்பட்டிருந்த வெள்ளைக் கொடி என்னை அதே இடத்தில் நிற்கச் செய்தது. என்னால் அதற்கு மேலும் அடியெடுத்து வைப்பது சிரமமாக இருந்தது. நில்மினியைத் தேடி வர நான் அதிகம் தாமதித்து விட்டேனோ என்று எனக்குத் தோன்றியது. அவள் என்னை விட்டுப் போய் விட்டிருந்தாள். நான் அவளைத் தேடி வருவேன் என்று அவள் ஏன் நினைத்துக் கூடப் பார்க்கவில்லை? அவளைத் தேடி வரும்போது அவள் உயிருடன் இருக்க மாட்டாள் என்று எழுதியிருந்தாள்தான். அதை ஒரு ஆவேசத்தில் எழுதியிருக்கலாம். நில்மினியின் வாழ்க்கையை ஒரு

நல்ல நிலைமைக்குக் கொண்டு வரத்தான் இப்போது நான் வந்திருக்கிறேன். ஆனால் அவள் இப்போது என்னைக் காண மாட்டாள். எனது குரல் இப்போது அவளுக்குக் கேட்காது. எனது உருவம் அவளுக்குத் தென்படாது. அவள் நிரந்தரத் தூக்கத்தில் ஆழ்ந்து விட்டாள். ஏதோவோர் ஆவேசம் வந்தவன் போல நான் நில்மினியின் வீட்டினுள் நுழைந்தேன். அவளது தேகம் ஒரு பெட்டிக்குள் கிடத்தப்பட்டிருந்தது. சிறிய தேங்காயெண்ணெய் விளக்கொன்று அவளருகே எரிந்து கொண்டிருந்தது. சமையற்காரப் பாட்டி தனியாக இருந்த நில்மினிக்குத் துணையாக அவளது பாதங்களின் அருகில் அமர்ந்திருந்தாள். நில்மினியின் அம்மாவோ, அப்பாவோ கண்ணுக்கெட்டிய தொலைவு வரை தென்படவேயில்லை. சுற்றி வர நிறையப் பேர் சூழ்ந்திருந்தார்கள். அவர்கள் அனைவரும் வியப்போடு என்னையே பார்த்துக் கொண்டிருந்தார்கள்.